AF658994

ഗ്രീൻ ബുക്സ്

ഗിണ്ടാമണിയും കുരങ്ങന്മാരും

ഗിഫു മേലാറ്റൂർ

വള്ളുവനാട് താലൂക്കിലെ മേലാറ്റൂരിൽ ജനനം. ആർ.എം.എച്ച്.എസ്. മേലാറ്റൂർ, പി.ടി.എം. ഗവ. കോളജ് പെരിന്തൽമണ്ണ, ഗവ. പോളി അങ്ങാടിപ്പുറം എന്നിവിടങ്ങളിൽ വിദ്യാഭ്യാസം. ചരിത്രത്തിലും മലയാള സാഹിത്യത്തിലും പഠനം. ആറാംതരത്തിൽ നിന്ന് ആദ്യരചന - 'തുരങ്കം' എന്ന ബാലനോവൽ - എഴുതി. കഥാരചനയ്ക്ക് പഠനകാലത്ത് സമ്മാനങ്ങൾ ലഭിച്ചു. 'കളിമുറ്റം' എന്ന മിനി മാസികയുടെ പത്രാധിപരായി. റിയാദിലെ 'അൽ-മുഗ്നി' പബ്ലിക്കേഷനിൽ ജോലി ചെയ്തു. വിവിധ ആനുകാലികങ്ങളിലായി നോവലുകളും കഥകളും സ്ക്രിപ്റ്റുകളും വൈജ്ഞാനിക സാഹിത്യ ലേഖനങ്ങളും എഴുതിയിട്ടുണ്ട്.

കുട്ടികളുടെ കഥകൾ

ഗിണ്ടാമണിയും കുരങ്ങന്മാരും

ഗിഫു മേലാറ്റൂർ

ഗ്രീൻ ബുക്സ്

green books private limited
gb building, civil lane road, ayyanthole,
thrissur- 680 003, kerala, ph: +91 487-2381066, 2381039
website: www.greenbooksindia.com
e-mail: info@greenbooksindia.com

branches:
thrissur 8589095302
thiruvananthapuram 8589095301
calicut 8589095307

malayalam
gindamaniyum kuranganmarum
children's story
by
gifu melatoor

first published march 2014
reprinted february 2020
copyright reserved

cover & illustrations : beena p.v.

isbn : 978-81-8423-305-6

---

no part of this publication may be reproduced,
or transmitted in any form or by any means,
without prior written permission of the publisher.

₹ 110.00
GBPL/552/2014

കഥകൾ

ഗിണ്ടാമണിയും കുരങ്ങന്മാരും

പലഹാരക്കച്ചവടമാണ് കുട്ടിയമ്മയ്ക്കു പണി. നെയ്യപ്പവും കുഴിയപ്പവും ഇടിയപ്പവും അവലോസുണ്ടയുമെന്നുവേണ്ട, രുചിയൂറുന്ന ഒത്തിരിയൊത്തിരി വിഭവങ്ങളുണ്ടാക്കി അവ ചന്തയിൽ കൊണ്ടുപോയി വിൽക്കും. നാട്ടുകാർക്കും ചന്തയിലുള്ളവർക്കുമെല്ലാം കുട്ടിയമ്മയുടെ പലഹാരങ്ങൾ വലിയ ഇഷ്ടമായിരുന്നു.

അങ്ങനെയിരിക്കെ, കുട്ടിയമ്മയ്ക്ക് പ്രായമായി വന്നു. പഴയതുപോലെ പലഹാരം തലച്ചുമടായി ചന്തയിൽ കൊണ്ടുപോയി വിൽക്കാനൊന്നും കഴിയാതായി. ഇനിയെന്താണൊരു വഴി? തന്റെ ഏക മകനായ ഗിണ്ടാമണിയെ ഏല്പിക്കുകതന്നെ. പിറ്റേന്ന് ഒരു കുട്ട നിറയെ പലഹാരമുണ്ടാക്കി കുട്ടിയമ്മ മകനെ ചന്തയിലേക്കയച്ചു.

ഗിണ്ടാമണിക്കു പക്ഷേ, കച്ചവടത്തെപ്പറ്റി യാതൊന്നും അറിയില്ലായിരുന്നു. കളിയും ഉറക്കവുമായി നടന്നിരുന്ന ഗിണ്ടാമണി പലഹാരക്കുട്ടയും ചുമന്ന് ചന്തയിലെത്തി എന്തു ചെയ്യണമെന്നറിയാതെ നില്പായി. കുട്ടിയമ്മയെ കാണാഞ്ഞ് ആളുകൾ മറ്റുള്ളവരിൽ നിന്ന് പലഹാരങ്ങൾ വാങ്ങി.

ഗിണ്ടാമണി വൈകുന്നേരമായപ്പോൾ മടക്കയാത്രയിലാണ്. ഒരെണ്ണംപോലും വിൽക്കാതെ കുട്ട നിറയെ പലഹാരത്തിന്റെ ഭാരം ചുമന്ന് തളർന്ന് അവൻ ഒരു തണലിലിരുന്നു. വിശപ്പു തോന്നിയപ്പോൾ പലഹാരം തിന്നുതുടങ്ങി. പലഹാരത്തിന്റെ മണം പിടിച്ച് ഏതാനും കുരങ്ങന്മാർ അവിടെയെത്തി.

കുരങ്ങന്മാരെ കണ്ടപ്പോൾ ഗിണ്ടാമണിക്കു സന്തോഷമായി. 'സംസാരിക്കാൻ' ആളായല്ലോ.

“എന്തുണ്ട് ചങ്ങാതിമാരേ, വിശേഷം. ഞാൻ പലഹാരം തിന്നുകയാണ്. വേണോ?”

കുരങ്ങന്മാർ നൊട്ടിനുണഞ്ഞ് പലഹാരക്കുട്ടയിലേക്കു നോക്കിയപ്പോൾ ആവശ്യക്കാർ എന്നു കരുതി ഗിണ്ടാമണി പലഹാരം ഓരോന്നായി കുരങ്ങന്മാർക്കു നല്കിക്കൊണ്ടിരുന്നു. കുരങ്ങന്മാർക്കു സന്തോഷമായി. അവ പലഹാരങ്ങൾ അകത്താക്കിക്കൊണ്ടിരുന്നു. ഗിണ്ടാമണി ഓരോന്നിനും കണക്കു പിടിക്കുന്നുണ്ടായിരുന്നു. കുട്ടിയമ്മ കണക്കെഴുതുന്നത് ഗിണ്ടാമണി കണ്ടിട്ടുണ്ട്. ഓരോ കുരങ്ങന്റേയും വലിപ്പവും നിറവും മറ്റും കണ്ട് ഗിണ്ടാമണി കുറിച്ചെടുത്തു. കുഞ്ഞൻ - പത്തെണ്ണം, ചാരൻ - എട്ടെണ്ണം, വിരുതൻ - ആറെണ്ണം, പൊക്കൻ - പന്ത്രണ്ടെണ്ണം.

അങ്ങനെ പലഹാരക്കുട്ട കാലിയായി. ഗിണ്ടാമണി പണം ചോദിച്ചപ്പോൾ കുരങ്ങന്മാർ പല ഗോഷ്ടികളും ശബ്ദവുമുണ്ടാക്കി. “ഓ കടമാണെന്നോ. ശരി. നാളെ തന്നേക്കണം.” ഗിണ്ടാമണി ഒഴിഞ്ഞ കുട്ടയുമായി വീട്ടിലേക്ക് വച്ചടിച്ചു.

മകൻ കാലിക്കുട്ടയുമായി വരുന്നതു കണ്ടപ്പോൾ കുട്ടി യമ്മയ്ക്കു സന്തോഷമായി.

"ഗിണ്ടാമണീ, കുട്ട കാലിയാണല്ലോ. എല്ലാം വിറ്റോ?"

"ഉവ്വമ്മേ. എല്ലാവർക്കും ഇഷ്ടമായി പലഹാരങ്ങൾ."

"എന്നിട്ട് വിറ്റ് കിട്ടിയ പണമെന്തിയേ?"

"എല്ലാം കടം പോയി. മര്യാദക്കാരാ എല്ലാവരും. നാളെ പണം തരാമെന്നു പറഞ്ഞിട്ടുണ്ട്."

ഗിണ്ടാമണി താൻ കുറിച്ചുവെച്ചത് കുട്ടിയമ്മയെ കാണിച്ചു. കുട്ടിയമ്മയ്ക്ക് ആശ്വാസമായി. കച്ചവടത്തിൽ കടം ഒഴിവാക്കാൻ പറ്റില്ലല്ലോ. എല്ലാവരുടേയും പേരും വാങ്ങിയ പലഹാരങ്ങ ളുടെ എണ്ണവും കുറിപ്പടിയായിട്ടുള്ളതിനാൽ പേടിക്കാനുമില്ല.

താൻ വിചാരിച്ചതുപോലെ ബുദ്ധിയില്ലാത്തവനൊന്നുമല്ല തന്റെ മകൻ.

പിറ്റേന്ന് കുട്ട നിറയെ പലഹാരങ്ങളുമായി ഗിണ്ടാമണി ചന്തയിലേക്കു പുറപ്പെട്ടു. വഴിയിൽ വെച്ച് കുരങ്ങന്മാർക്കുതന്നെ മുഴുവൻ 'വിറ്റ്' വീട്ടിലേക്കു മടങ്ങുകയും ചെയ്ത ഗിണ്ടാമണിയുടെ ബുദ്ധിശക്തിയിൽ കുട്ടിയമ്മയ്ക്ക് അഭിമാനം തോന്നി. അങ്ങനെ ഇതൊരു പതിവായി മാറി. കുട്ടിയമ്മയ്ക്കു ദേഷ്യം വന്നുതുടങ്ങി. ഗിണ്ടാമണി എല്ലാ ദിവസവും പലഹാരങ്ങൾ കടം കൊടുക്കുകയാണ്. പണമില്ലാതെ എങ്ങനെയാണ് സാധനങ്ങൾ വാങ്ങുക? ഇനി പണം കൊണ്ടേ വരാവൂ എന്ന് കുട്ടിയമ്മ ഗിണ്ടാമണിയെ ശട്ടംകെട്ടി.

അന്നും ഗിണ്ടാമണിയെ കാത്ത് 'ആവശ്യക്കാരു'ണ്ടായിരുന്നു.

"ചങ്ങാതിമാരേ... ഇന്ന് എനിക്ക്, ഇതുവരെ വാങ്ങിയതിന്റെയെല്ലാം പണം കിട്ടണം."

കുരങ്ങന്മാരുടെ കൈവശം എവിടെയാണ് പണം? അവ ഗോഷ്ടി കാണിക്കാനും കുട്ടയിലേക്കു കൈയിടാനും തുടങ്ങി. പണം തരാനുള്ള ഭാവമില്ലെന്നുകണ്ട ഗിണ്ടാമണി മുട്ടനൊരു വടിയുമെടുത്ത് കുരങ്ങന്മാരുടെ നേർക്കടുത്തു. സംഗതി പന്തിയല്ലെന്നു മനസ്സിലാക്കിയ കുരങ്ങന്മാർ ഓടാൻ തുടങ്ങി. പിറകെ ഗിണ്ടാമണിയും.

"പണമില്ലാതെ ഞാനിന്ന് വീട്ടിൽ പോകില്ലെടാ. പണം കിട്ടിയേ പോകൂ. ഹമ്പട!"

കുരങ്ങന്മാർ കണ്ടവഴിയേ ഓടിക്കൊണ്ടിരുന്നു. വടിയുമായി ഗിണ്ടാമണി പിറകെയും. ഓടിയോടി കാട്ടിനുള്ളിലെ ഇടിഞ്ഞുപൊളിഞ്ഞ ഒരു കെട്ടിടത്തിലേക്കാണ് കുരങ്ങന്മാർ എത്തിച്ചേർന്നത്. കുരങ്ങന്മാരുടെ താവളമായിരുന്നു അത്.

"ഓഹോ... ഇതാണല്ലേ നിങ്ങളുടെ വീട്! കൊള്ളാം."

കുരങ്ങന്മാർ കെട്ടിടത്തിന്റെ അങ്ങിങ്ങായി കയറാനും മറിയാനും തുടങ്ങി. അതു കണ്ടപ്പോൾ ഗിണ്ടാമണിക്ക് കൂടുതൽ കലിയിളകി. മച്ചിൽ കയറി തന്നെ നോക്കി പല്ലിളിക്കുന്ന ഒരു കുരങ്ങനെ നോക്കി ഗിണ്ടാമണി വടിയൊരേറ്!

കുരങ്ങൻ മാറിക്കളഞ്ഞു. വടി മച്ചിൽത്തട്ടി. മച്ചാകെ ഇളകിപ്പൊളിഞ്ഞു വീഴുകയാണ്. ഗിണ്ടാമണി പരിഭ്രമത്തോടെ മാറി

നിന്നു. അപ്പോൾ, കല്ലുകൾക്കൊപ്പം നിലത്തുവീഴുന്ന കിലുക്കം ഗിണ്ടാമണി ശ്രദ്ധിച്ചു. അവന്റെ കണ്ണുകൾ വിടർന്നു - സ്വർണ നാണയങ്ങൾ! മച്ചിൽനിന്ന് വീണുകൊണ്ടിരിക്കുന്ന സ്വർണ നാണയങ്ങൾ...!! ഒരുപറ്റം കള്ളന്മാർ സൂക്ഷിച്ചുവെച്ചതായിരുന്നു സ്വർണനാണയങ്ങളത്രയും.

അവയെല്ലാം വാരിയെടുത്ത് ഗിണ്ടാമണി കുരങ്ങന്മാരെ നോക്കി പറഞ്ഞു.

“അല്ലെങ്കിലും നിങ്ങൾ മര്യാദക്കാരാണ് എന്ന് എനിക്കറിയാമായിരുന്നു. അതല്ലേ, ഞാൻ മടിക്കാതെ നിങ്ങൾക്ക് പലഹാരം കടം തന്നത്. നന്ദി, ചങ്ങാതിമാരേ...”

മടിയിൽ സ്വർണനാണയങ്ങൾ വാരിക്കെട്ടി ഗിണ്ടാമണി വീട്ടിലേക്കു തിരിച്ചു.

■

നേരും നുണയും

ബാഗ്ദാദിലെ സുൽത്താൻ ഇബ്നു മഹ്മൂദ് തന്റെ പുത്രനായ ബദറിനെക്കൊണ്ട് വിഷമിച്ചു. ആരെന്തു പറഞ്ഞാലും കുമാരൻ വിശ്വസിക്കുന്നു. അത് എത്ര വലിയ കള്ളമാണെങ്കിലും. കത്തി ജ്ജ്വലിക്കുന്ന സൂര്യൻ ശരിക്കും തണുപ്പുള്ള ഒരു കൊട്ടാരമാണ് എന്ന് ആരെങ്കിലും പറഞ്ഞാൽ 'ഹായ്, ആ സൂര്യക്കൊട്ടാരത്തിൽ കഴിയാനെന്തു രസമായിരിക്കും' എന്നായിരിക്കും ബദർ മറുപടി പറയുക. നേരും നുണയും തിരിച്ചറിയാൻ കഴിയാത്ത ബദറിനെ എങ്ങനെയാണ് തന്റെ കിരീടാവകാശിയാക്കുന്നത്? കുമാരന്റെ സ്വഭാവം മനസ്സിലാക്കി, ശത്രുക്കൾ രാജ്യമാകെ കൈയടക്കുമെന്ന് ഇബ്നു മഹ്മൂദ് ആശങ്കപ്പെട്ടു. എന്തെങ്കിലുമൊരു പരിഹാരം കണ്ടേ പറ്റൂ.

ഒടുവിൽ സുൽത്താൻ ഒരു വിളംബരം നടത്തി. "ബദർ കുമാരനെ, താൻ കേൾക്കുന്നത് നുണയാണ് എന്ന് പറയിപ്പിക്കുന്നയാൾക്ക് ആയിരം സ്വർണനാണയങ്ങൾ സമ്മാനം!"

വിളംബരമറിഞ്ഞ് ബാഗ്ദാദിൽ നിന്നും അന്യനാടുകളിൽ നിന്നുപോലും ആളുകൾ വന്നു. ബസ്റയിൽ നിന്നുവന്ന ഒരു പണ്ഡിതൻ തന്റെ വെടി പറഞ്ഞതിങ്ങനെയായിരുന്നു.

"എന്റെ ബദർ കുമാരാ, ഇന്നലെ ഞാൻ ഗുരുകുലത്തിലിരിക്കുമ്പോൾ ആകാശംമുട്ടെ ഉയരമുള്ള ഒരു മനുഷ്യൻ ശിഷ്യനാകാൻ വന്നിരിക്കുന്നു. അവന് ലോകമാകെ നോക്കിക്കാണാനും എവിടെയെത്താനും ഒരു പ്രയാസവുമില്ലത്രെ..."

ഇതുകേട്ട ബദർ കുമാരൻ ആശ്ചര്യഭരിതനായി. "ഹൊ! എന്തു രസമായിരിക്കും അപ്പോൾ. അയാളെ ഒന്നു പരിചയപ്പെടണം.

ഹയ്യട!" അതോടെ പണ്ഡിതൻ മത്സരത്തിൽ പരാജയപ്പെട്ടു. കുമാരൻ കള്ളക്കഥ വിശ്വസിച്ചിരിക്കുകയാണല്ലോ.

അടുത്തതായി വന്നത് ഒരു കൃഷിക്കാരനായിരുന്നു. അയാൾ കഥ പറഞ്ഞതിങ്ങനെയായിരുന്നു. "എന്റെ വയലിൽ നിലമുഴുതു കൊണ്ടിരിക്കുമ്പോൾ ഞാൻ ഒരു കാഴ്ച കണ്ടു. ഒരു പക്ഷി യുണ്ട് ഒരു ആനയെ റാഞ്ചിയെടുത്തുകൊണ്ടു പറക്കുന്നു. അതെ ങ്ങാനും എന്റെ മേൽ വീണാൽ ഞാൻ ചതഞ്ഞുപോകില്ലേ, ഞാനെന്തു ചെയ്തുവെന്നോ? ആ പക്ഷിയെ നോക്കി ഒറ്റയൂ ത്തങ്ങൂതി. ആന പിടിവിട്ട് താഴേക്കു വീഴുന്നു. നിലം തൊട്ടു തൊട്ടില്ല എന്നായപ്പോൾ ഞാൻ ആനയെ ഒരു തൊഴി. അടുത്ത നാട്ടിൽച്ചെന്നാണ് ആന വീണത്!"

"ശ്ശെ! നിങ്ങൾക്ക് ആനയെ കൂട്ടിലിട്ടു വളർത്താമായിരു ന്നില്ലേ?" കുമാരൻ ആ കഥയും വിശ്വസിച്ചതോടെ കൃഷിക്കാ രനും തോറ്റു തുന്നംപാടി. മറ്റൊരു വാചകവീരൻ പറഞ്ഞതി ങ്ങനെയായിരുന്നു.

"ആ പോകുന്ന വൃദ്ധനെ കണ്ടോ കുമാരൻ? എന്റെ വീട്ടു ജോലിക്കാരനായിരുന്നു അയാൾ. ഒരിക്കൽ ഞാൻ പുതിയൊരു വീടുവെച്ചു. മൈലുകൾ നീളമുള്ള വീടായിരുന്നു അത്. അത് വൃത്തിയാക്കാൻ ഞാൻ ചെറുപ്പക്കാരനായിരുന്ന അയാളോടു പറഞ്ഞു. അങ്ങനെ വീടിന്റെ ഒരറ്റത്തുനിന്ന് വൃത്തിയാക്കി, ഇങ്ങേ ത്തലയ്ക്കലെത്തിയപ്പോഴേക്കും അയാൾ ഈ രൂപത്തിലായി രുന്നു. അത്രയ്ക്കും വലുതാണ് എന്റെ വീട്."

"ഹായ് ആ വീട് എനിക്കൊന്നു കാണിച്ചുതരാമോ?" വാചക വീരനും വീണു എന്നർഥം.

ആര് എന്തു നുണ പറഞ്ഞാലും അതെല്ലാം കണ്ണുമടച്ചു വിശ്വസിക്കുന്ന ബദർ കുമാരനെ ഇനി എന്തുചെയ്യണം എന്നായി സുൽത്താൻ.

അപ്പോഴാണ് കച്ചവടത്തിനായി ബാഗ്ദാദിൽ വന്ന സുലൈ മാൻ ഈ വിളംബരത്തെക്കുറിച്ച് കേട്ടറിഞ്ഞത്. അരകൈ നോക്കി ക്കളയാമെന്ന് അയാൾക്കു തോന്നി. കൊട്ടാരത്തിലെത്തിയ സുലൈമാൻ സുൽത്താനെ കണ്ടു കാര്യം ബോധിപ്പിച്ചു. പണ്ഡി തനും വിദൂഷകനും വാചകവീരനും പറഞ്ഞ പച്ചക്കള്ളങ്ങൾ വിശ്വസിച്ച കുമാരന്, വെറുമൊരു വ്യാപാരി പറയുന്നത് കള്ള മാണ് എന്ന് പറയാൻ കഴിയുമോ? എന്നാലും സുൽത്താൻ സുലൈമാനും അവസരം നല്കി.

സുലൈമാൻ പറഞ്ഞ കഥകളും ബദർ കുമാരൻ തൊണ്ട തൊടാതെ വിഴുങ്ങുകയായിരുന്നു. എത്രമാത്രം ഭാവനാസൃഷ്ടി സുലൈമാൻ അവതരിപ്പിക്കുന്നുവോ അവയെല്ലാം കുമാരൻ കണ്ണുമടച്ച് വിശ്വസിച്ചു. സുലൈമാന് കലശലായ ദേഷ്യം വന്നു.

"നിന്നെപ്പോലൊരു മരമണ്ടനെ ഞാൻ ലോകത്തെങ്ങും കണ്ടിട്ടില്ല. ഒരു വിഡ്ഢിക്കൂശ്മാണ്ഡമാണ് നീ."

സുലൈമാന്റെ വർത്തമാനം ബദർ കുമാരനെ കോപാകുലനാക്കി. അവൻ പൊട്ടിത്തെറിച്ചു. "താനാണ് വിഡ്ഢി. താൻ പറയുന്നത് പച്ചക്കള്ളമാണ്. കല്ലുവെച്ച നുണയാണ് താൻ പറയുന്നത്. മണ്ടനാണത്രെ ഞാൻ."

അപ്പോൾ സുലൈമാൻ പൊട്ടിച്ചിരിച്ചു. താൻ കേൾക്കുന്നത് കള്ളമാണ് എന്ന് കുമാരനെക്കൊണ്ടു സമ്മതിപ്പിക്കുന്നതിൽ വിജയിച്ച സുലൈമാൻ അങ്ങനെ മത്സരത്തിൽ വിജയിയായി. ■

തരാനുള്ളത് ദൈവം തരും

ചൈനയിൽ പണ്ട് ചുങ് എന്നൊരു പണക്കാരനുണ്ടായിരുന്നു. വലിയ ഈശ്വരവിശ്വാസിയായ ചുങ് പാവങ്ങളെ സഹായിക്കുന്നതിലും മറ്റും തല്പരനായിരുന്നു. ഒരിക്കൽ ഒരു സത്രത്തിൽ വെച്ച് ചുങ് വഴിയാത്രക്കാരായ മൂന്നു ചങ്ങാതിമാരുടെ സംസാരം ശ്രദ്ധിക്കാനിടയായി.

ഒന്നാമനായ ലീൻലി ഇങ്ങനെ പറഞ്ഞു: "ഇവിടെ ചുങ് എന്നൊരു പണക്കാരനുണ്ടത്രെ. എല്ലാവർക്കും പണം നല്കുന്ന വ്യക്തി. അയാൾ എനിക്ക് നൂറ് (ആയിരം?) സ്വർണനാണയം തന്നിരുന്നുവെങ്കിൽ എനിക്കൊരു പണക്കാരനാകാമായിരുന്നു. ഇങ്ങനെ നാടുകൾതോറും ചുറ്റിനടന്ന് വ്യാപാരം നടത്തേണ്ടിയിരുന്നില്ല."

രണ്ടാമനായ കൃഷിക്കാരൻ 'ചാൻ' പറഞ്ഞതിങ്ങനെ: "കൃഷിപ്പണി ചെയ്തുചെയ്ത് ഞാനൊരു പരുവമായി. പണക്കാരനായ ചുങ് എനിക്ക് ആയിരം പണം തന്നാൽ അത്രയും തുകയ്ക്ക് കൃഷിസ്ഥലം വാങ്ങി ജോലിക്കാരെ വെച്ച് കഴിയാമായിരുന്നു."

മൂന്നാമനായ വാങ്‌ലി: "ഇങ്ങനെ വെറുതെ കിട്ടുന്നതൊന്നും തന്നെ എനിക്ക് ആവശ്യമില്ല. അല്ലെങ്കിൽത്തന്നെ ചുങ്ങിനെക്കൊണ്ട് എന്തു സാധിക്കും? ദൈവം കനിഞ്ഞുനല്കിയാൽ മാത്രമല്ലേ ചുങിന് സ്വർണനാണയം തന്നും പണം തന്നും നിങ്ങളെ സഹായിക്കാൻ സാധിക്കുകയുള്ളൂ. ആ സർവശക്തനായ ദൈവം എനിക്കു തരാനുള്ളതെന്താണോ അത് അതിന്റെ സമയത്ത് തന്നിരിക്കും. തീർച്ച."

ചുങ് തന്റെ മാളികയിലെത്തി കയ്യാളുകളെ വിട്ട് മൂന്നു പേരോടും തന്നെ വന്നു കാണാൻ ആവശ്യപ്പെട്ടു. അങ്ങനെ ലീൻലിയും ചാനും വാങ്ലിയും ചുങിന്റെ മുന്നിൽ വന്നു.

"ഇന്ന് സത്രത്തിൽ വെച്ച് നിങ്ങൾ പറഞ്ഞതെല്ലാം ഞാൻ കേട്ടിരുന്നു. നിങ്ങളുടെ ആവശ്യംപോലെ ലീൻലിക്ക് ആയിരം സ്വർണനാണയങ്ങളും ചാന് ആയിരം പണവും ഞാൻ തരുന്നു. എന്നാൽ വാങ്ലിക്ക് ഒന്നും തരുന്നില്ല. ദൈവം തന്നെ നിങ്ങൾക്ക് വേണ്ടത് തരുമെന്നല്ലേ പറഞ്ഞത്. അതുതന്നെ നടക്കട്ടെ!"

അങ്ങനെ ഒരു ചാക്കു നിറയെ സ്വർണനാണയവും ഒരു പെട്ടി നിറയെ പണവുമായി ലീൻലിയും ചാനും വെറുംകൈയോടെ വാങ്ലിയും മടക്കയാത്രയായി. അല്പം കഴിഞ്ഞപ്പോൾ

ലീൻലിക്ക് ക്ഷീണം തോന്നിത്തുടങ്ങി. കാരണം, സ്വർണ നാണയം ചുമലിലേറ്റി നടപ്പു തുടരുകയാണല്ലോ.

"വാങ്ലീ, നിങ്ങൾ കുറച്ചുനേരം ഈ ചാക്കൊന്നു ചുമക്കാമോ? അതിനുള്ള കൂലി ഞാൻ തന്നോളാം." വാങ്ലി സമ്മതിച്ചു. അങ്ങനെ സ്വർണനാണയച്ചാക്ക് വാങ്ലി ചുമന്നു നടന്നു.

ഇതേസമയം തന്റെ മണിമാളികയിൽ ആലോചനയിലായിരുന്ന ചുങിനു തോന്നി, തന്റെ സഹായം തീരെ വേണ്ടെന്നു പറഞ്ഞ വാങ്ലിയെ ഒരു പാഠം പഠിപ്പിക്കണമെന്ന്. ചുങ് തന്റെ വിശ്വസ്ത സേവകനെ വിളിപ്പിച്ച് മാളികയിൽ വന്നുപോയവരിൽ ചുമലിൽ ചാക്കോ മരപ്പെട്ടിയോ ഇടാതെ യാത്രചെയ്യുന്ന മൂന്നാമനെ പിടികൂടി കൊണ്ടുവരാൻ ചുമതലപ്പെടുത്തി.

സേവകൻ മൂവരേയും കണ്ടെത്തി. കൈയും വീശി നടന്നിരുന്ന ലീൻലിയെയാണ് സേവകൻ പിടികൂടിയത്. ലീൻലിയുടെ സ്വർണനാണയച്ചാക്ക് അപ്പോൾ വാങ്ലി ചുമക്കുകയായിരുന്നുവല്ലോ. സേവകനാണെങ്കിൽ മൂന്നുപേരിൽ ആരേയും വ്യക്തമായി അറിഞ്ഞുകൂടായിരുന്നു. യജമാനൻ പറഞ്ഞത് സേവകൻ അതേപടി അനുസരിച്ചു.

പിന്നീട് വാങ്ലിയും ചാനുമായി യാത്ര. യാത്രാമധ്യേ ഒരു പുഴ നീന്തിക്കടക്കണമായിരുന്നു. പുഴമധ്യത്തിലെത്തിയപ്പോൾ പെട്ടെന്ന് ഒഴുക്കിൽപെട്ട് ചാൻ അപ്രത്യക്ഷനായി. നീന്തൽ വശമുണ്ടായിരുന്ന വാങ്ലിക്കു പക്ഷേ, ചാനിനെ രക്ഷിക്കാനുമായില്ല. വല്ലവിധേനയും വാങ്ലി സ്വർണനാണയച്ചാക്കും പണപ്പെട്ടിയുമായി കരയ്ക്കണഞ്ഞു.

അപ്പോഴാകട്ടെ അബദ്ധം പിണഞ്ഞത് മനസ്സിലാക്കിയ ചുങ്ങും പരിവാരങ്ങളും വാങ്ലിയെത്തേടി അയാളുടെ നാട്ടിലെത്തിയപ്പോൾ കണ്ട കാഴ്ച - സ്വർണനാണയച്ചാക്കും പണപ്പെട്ടിയുമായി വാങ്ലി.

"ഇപ്പോൾ അങ്ങേക്കു ബോധ്യമായില്ലേ, എനിക്കു തരാനുള്ളത് ദൈവം തന്നെ തരുമെന്ന്?"

വാങ്ലിയുടെ വാക്കുകൾ കേട്ട് ചുങ് അയാളെ മാറോടണച്ചു.

■

കള്ളന്മാർ നിരപരാധികൾ, പാവങ്ങൾ!

നാട്ടിൻപുറത്തുകാരനായ ചെല്ലയ്യയ്ക്ക് കൊട്ടാരം സൈന്യത്തിൽ ജോലി കിട്ടി. ഭടന്റെ വേഷവും ധരിച്ച് ചെല്ലയ്യ ഗമയിൽ ജോലിക്കെത്തി. പരീക്ഷയിൽ ചെല്ലയ്യ അസാമാന്യധീരനും രാജ്യസ്നേഹിയുമാണെന്ന് സർവ്വസൈന്യാധിപനും മഹാരാജാവിനും ബോധ്യമായി.

ഓരോ ദിവസവും ഓരോയിടങ്ങളിൽ രാത്രികാലങ്ങളിലായിരുന്നു ചെല്ലയ്യയ്ക്ക് സർവ്വസൈന്യാധിപൻ ഉത്തരവാദിത്തങ്ങൾ നല്കിയത്. കള്ളന്മാരേയും കൊള്ളക്കാരേയും കണ്ടുപിടിച്ച് വേണ്ടതു ചെയ്യണം. രാജാവിനെപ്പറ്റി അരുതാത്തത് പറയുന്നുണ്ടോ എന്നു നോക്കണം. ശത്രുരാജ്യക്കാർ നുഴഞ്ഞുകയറുന്നത് ശ്രദ്ധിക്കണം. തുടങ്ങിയവയൊക്കെയാണ് ചെല്ലയ്യയ്ക്ക് നോക്കേണ്ടിയിരുന്നത്.

അങ്ങനെയിരിക്കേ, ഒരു രാത്രിയിൽ ചെല്ലയ്യ പതിവുപോലെ നൈറ്റ് ഡ്യൂട്ടിക്കിറങ്ങി. രാജ്യമാകെ പൂർണനിശ്ശബ്ദതയിലാണ്. കുറച്ചു ചെന്നപ്പോഴുണ്ട് വലിയൊരു സ്വർണാഭരണശാലയ്ക്കു ചുറ്റുമായി നാലുപേർ. ചെല്ലയ്യ ഒളിച്ചുനിന്ന് എന്താണ് അവരുടെ പരിപാടിയെന്നു ശ്രദ്ധിച്ചു.

നാലുപേരുടേയും കൈയിൽ ആയുധങ്ങളുണ്ട്. മട്ടും ഭാവവും കണ്ടപ്പോൾത്തന്നെ ചെല്ലയ്യയ്ക്ക് കാര്യം പിടികിട്ടി - മോഷണശ്രമം!

ചെല്ലയ്യ രംഗത്ത് ചാടിവീണു. അപ്രതീക്ഷിതമായതിനാൽ കള്ളന്മാർക്ക് രക്ഷപ്പെടാനായില്ല. അവരിൽ ഒരുത്തനെ പിടിച്ചപ്പോൾ അയാൾ കൈ കൂപ്പിക്കൊണ്ടു പറഞ്ഞു: "ഏമാനേ, ഞാൻ ഈ കടയുടെ മരപ്പണി ചെയ്യുന്നയാളാ."

കൈയിൽ ഉളി പിടിച്ചതുകണ്ടപ്പോൾ സംഗതി ശരിയാണ് എന്ന് ചെല്ലയ്യയ്ക്ക് തോന്നി. "എങ്കിൽ സ്ഥലം വിട്." ഒന്നാം കള്ളൻ ഓടി രക്ഷപ്പെട്ടു.

"ഏമാനേ, ഞാനീ കട അളന്നു തിട്ടപ്പെടുത്താൻ വന്നതാ..." രണ്ടാമൻ

രണ്ടാമന്റെ കൈയിലെ നൂലും കയറും കണ്ടപ്പോൾ അതും ശരിയായിരിക്കുമെന്ന് ചെല്ലയ്യയ്ക്ക് തോന്നി. രണ്ടാമനും സ്ഥലം വിട്ടു.

"അടിയൻ ഈ കടയുടെ ചുറ്റിനും മതിലുകെട്ടാൻ വന്നതാണേ, കണ്ടില്ലേ, ഈ മൺവെട്ടിയും പിക്കാസും." മൂന്നാമനും തടിതപ്പി.

ആയുധങ്ങളുമായി ആഭരണശാല കൊള്ളയടിക്കാൻ വന്ന മൂവരും രക്ഷപ്പെട്ടു. ചെല്ലയ്യ നാലാമനു നേരെ തിരിഞ്ഞു.

"നീ ശരിക്കും കള്ളൻ തന്നെയാടാ... നിന്നെയിന്നു ഞാൻ..."

"അയ്യോ! ഏമാൻ എന്തപരാധമാണ് പറയുന്നത്? ഇത്രയും വലിയ ഒരു സ്വർണക്കട കൊള്ളയടിക്കണമെങ്കിൽ നാലാളെങ്കിലും വേണ്ടേ? ഈ ഞാനൊരുത്തൻ വിചാരിച്ചാൽ എന്തു നടക്കും ഏമാനേ...?"

സംഗതി ശരിയാണല്ലോയെന്ന് ചെല്ലയ്യയ്ക്കും തോന്നി. നാലാമൻ കള്ളനും ഓടി രക്ഷപ്പെട്ടു. ചെല്ലയ്യ എങ്ങനെ ജോലി ചെയ്യുന്നുവെന്നു ബോധ്യപ്പെടാൻ കൊട്ടാരത്തിലെ ചാരൻ ഇതെല്ലാം ഒളിച്ചുനിന്ന് കാണുന്നുണ്ടായിരുന്നു. കൗശലക്കാരായ കള്ളന്മാരെ വെറുതെ വിട്ട കുറ്റത്തിന് പാവം ചെല്ലയ്യയ്ക്ക് ജോലി നഷ്ടപ്പെട്ടുവെന്നത് വേറെ കാര്യം!

■

കഴുതകൾ എത്ര?

അലക്കുകാരനായ കുഞ്ഞാണ്ടിക്ക് തോന്നി, വിഴുപ്പുതുണികൾ കൊണ്ടുപോകാനും മറ്റും മൂന്നു കഴുതകളെ വാങ്ങിയാലോ യെന്ന്.

അങ്ങനെ വേലക്കാരനായ ഗിണ്ടാമണിയെ കാശും കൊടുത്ത് ചന്തയിലേക്കയച്ചു. ഗിണ്ടാമണി ചന്തയിലെത്തി നല്ല ഉശിരൻ കഴുതകളിൽ നിന്ന് മൂന്നെണ്ണത്തിനെ വാങ്ങി മടക്കയാത്ര ആരം ഭിച്ചു.

കുറച്ചു കഴിഞ്ഞപ്പോൾ ഗിണ്ടാമണിക്കു വല്ലാത്ത ക്ഷീണം. ചന്തയിലേക്കും തിരിച്ചും നടക്കുകയായിരുന്നല്ലോ. അപ്പോഴാണ്

അവന് ബുദ്ധി തോന്നിയത്. കഴുതപ്പുറത്തു യാത്ര ചെയ്താലെന്താ?

ഗിണ്ടാമണി കഴുതകളിലൊന്നിന്റെ പുറത്തുകയറി യാത്ര തുടർന്നു. പെട്ടെന്നെന്തോ ഓർത്തതുപോലെ അവൻ കഴുതകളെ എണ്ണിനോക്കി. ഒന്നു കുറവുണ്ടല്ലോ. ഇരിക്കുന്ന കഴുതയെക്കൂട്ടാതെയാണ് മണ്ടൻ ഗിണ്ടാമണി എണ്ണിയത്.

ദൈവമേ, യജമാനൻ തന്നെ തീർത്തുതന്നെ! അവൻ വഴിയിലെല്ലായിടത്തും 'കാണാതായ' കഴുതയെ തപ്പി. അവസാനം സന്ധ്യയാകാറായപ്പോഴാണ് വീടണഞ്ഞത്. കുഞ്ഞാണ്ടി കലി കൊണ്ടു നിൽക്കുകയായിരുന്നു അപ്പോൾ. അയാൾ വൈകിയതിന്റെ കാരണമന്വേഷിച്ചു.

"യജമാനനേ, ഞാൻ ചന്തയിൽ നിന്നു വരുമ്പോൾ മൂന്നു കഴുതയുണ്ടായിരുന്നു. ഇപ്പോൾ രണ്ടെണ്ണമേയുള്ളൂ. യജമാനൻ ഒന്നെണ്ണിനോക്കിക്കേ..."

ഗിണ്ടാമണിയുടെ പരവേശം കണ്ടപ്പോൾ കുഞ്ഞാണ്ടിക്ക് പൊട്ടിച്ചിരിക്കാനാ തോന്നിയത്. അയാൾ പറഞ്ഞു:

"ആകെ നാലു കഴുതകളുണ്ട് ഗിണ്ടാമണി."

മിഴിച്ചുനിന്ന ഗിണ്ടാമണിയോട് കുഞ്ഞാണ്ടി കൂട്ടിച്ചേർത്തു.

"നീയടക്കം നാലു കഴുതകൾ!"

■

കഴുതശ്രീമാൻ

ബാഗ്ദാദിലെ ഒരു കച്ചവടക്കാരന്റെ കഴുതയ്ക്ക് ഒരിക്കൽ ഒരു സംശയം തോന്നി. തന്റെ യജമാനനെ എല്ലാവരുമെന്താണിങ്ങനെ ബഹുമാനിക്കുന്നത്?

കച്ചവടക്കാരൻ അവിടുത്തെ പ്രമുഖനായ വ്യക്തിയാണെന്നും പണക്കാരനാണെന്നും മറ്റുമൊന്നും കഴുതയ്ക്കറിയില്ലല്ലോ. ഒരു ദിവസം കച്ചവടക്കാരൻ കഴുതപ്പുറത്ത് ചരക്കുകളുമായി ചന്തയിലെത്തി. ചരക്കുകൾ വിറ്റ് പുതിയ സാധനങ്ങൾ തന്റെ വീട്ടിലേക്കു കൊണ്ടുവരികയാണ് അയാൾ ചെയ്യാറ് പതിവ്.

യജമാനൻ സാധനങ്ങൾ വാങ്ങാൻ പോയപ്പോൾ കഴുത കുറച്ചപ്പുറത്തു നിൽക്കുന്ന ഒരു വണ്ടിക്കാളയോടു കാര്യം അന്വേഷിച്ചു:

"ചങ്ങാതീ, നമ്മളാണ് മനുഷ്യരുടെ ചരക്കുകൾ ചന്തയിലെത്തിക്കുന്നതും മറ്റും. എന്നിട്ടും നമ്മളെയെന്തേ ആളുകൾ ബഹുമാനിക്കുന്നില്ല?"

കഴുതച്ചാരുടെ ചോദ്യം കേട്ടപ്പോൾ കാളയ്ക്ക് പൊട്ടിച്ചിരിക്കാനാണു തോന്നിയത്. കഴുതയെ ഒന്നു കളിപ്പിക്കാൻതന്നെ കാള ഉറച്ചു.

"അതേയ് ചങ്ങാതീ, മനുഷ്യരൊക്കെ രണ്ടു കാലിലാണല്ലോ നടക്കുന്നത്. നമ്മളാണെങ്കിൽ നാലു കാലിലും. ഇരുകാലികളോട് എല്ലാവർക്കും ബഹുമാനം തോന്നുന്നത് രണ്ടുകാലിൽ നടക്കുന്നതുകൊണ്ടാണ്."

സംഗതി നേരുതന്നെയായിരിക്കുമെന്ന് കഴുതച്ചാർക്കും തോന്നി.

വൈകാതെ മടക്കയാത്രയ്ക്കുള്ള ചരക്കുകൾ കഴുതയുടെ പുറത്തുവെച്ച് കച്ചവടക്കാരൻ നടന്നു. ഇതുതന്നെ സമയം. കഴുത പിന്നീടൊന്നുമോർക്കാതെ രണ്ടു കാലിൽ ഒറ്റ നിൽപ്പ്! എല്ലാവരും തന്നേയും ബഹുമാനിക്കട്ടെ. ഹമ്പട!

കഴുതപ്പുറത്ത് മൺപാത്രങ്ങളും ധാന്യങ്ങളുമായിരുന്നു വെച്ചിരുന്നത്. കഴുത നിവർന്നുനിന്നതിനാൽ എല്ലാം താഴെ വീണു. മൺപാത്രങ്ങൾ പൊട്ടുകയും ധാന്യങ്ങൾ മണ്ണിൽ ചിതറുകയും ചെയ്തു.

കച്ചവടക്കാരനു ദേഷ്യം വന്നു. അയാൾ കഴുതച്ചാരെ നന്നായി പെരുമാറി. അതോടെ രണ്ടു കാലിൽ നടക്കണമെന്നുള്ള കഴുതയുടെ മോഹം അവസാനിക്കുകയും ചെയ്തു. ■

കടയടയ്ക്കുന്നതെപ്പോൾ...?

ചന്തയിലേക്ക് സാധനങ്ങൾ വാങ്ങാൻ വന്നതായിരുന്നു അല്പം പിശുക്കിന്റെ അസുഖമുള്ള ബുദ്ദു. തനിക്കു ചുമക്കാവുന്നതിലേറെ ഭാരമുണ്ട് സാധനങ്ങൾക്ക്. എന്തുചെയ്യും? ഒരു കാളവണ്ടി വിളിച്ചാൽ കാശ് ചെലവാകുകയും ചെയ്യും.

ബുദ്ദു ചുറ്റും നോക്കിയപ്പോൾ ഒരു ചായക്കടയുടെ മുന്നിൽ ഒരു കാളവണ്ടി കിടക്കുന്നു. കടക്കാരന്റേതു തന്നെയായിരിക്കും കാളവണ്ടിയെന്ന് ബുദ്ദുവിന് മനസ്സിലായി. ആ വണ്ടിയിൽ ചുളുവിൽ ഒരു ചക്കാത്തുയാത്രയായാൽ വണ്ടിക്കൂലി ലാഭിക്കാം.

"ഞാനും വരുന്നു നിങ്ങളുടെ കൂടെ ഗ്രാമത്തിലേക്ക് കാളവണ്ടിയിൽ..."

ചായക്കടക്കാരന് ബുദ്ദുവിന്റെ 'അസുഖം' മനസ്സിലായി. അയാൾ സമ്മതിച്ചു.

"എപ്പോൾ കട അടയ്ക്കും?" ബുദ്ദുവിന് നിൽക്കാൻ ക്ഷമയില്ലായിരുന്നു.

"ഞാൻ പോകാൻ നേരത്ത്." കടക്കാരൻ നീരസത്തോടെ പറഞ്ഞു.

"അതറിയാം. എപ്പോൾ പോകും?"

"കടയടച്ചാലുടൻ പോകും."

കടക്കാരന്റെ വർത്തമാനം കേട്ടപ്പോൾ ബുദ്ദുവിന് പിന്നെ ഒന്നും ചോദിക്കാനുണ്ടായിരുന്നില്ല.

■

സ്വീകരണവും ബഹുമാനവും

ഗുസ്തിവീരനായ കൊച്ചാപ്പു ഒരിക്കൽ തന്റെ ചങ്ങാതിയായ ബാർബർ ദാമുവിനെ കാണാൻ അയാളുടെ കടയിൽ ചെന്നു. നല്ല തിരക്കുള്ള ദിവസമായതിനാൽ ദാമു ചങ്ങാതിയെ തീരെ ശ്രദ്ധിക്കാതെ മുടിവെട്ടുന്നതിൽ മാത്രം ശ്രദ്ധിച്ചു.

അവസാനത്തെ കസ്റ്റമർ കൂടി പോയപ്പോൾ മാത്രമാണ് ദാമു കൊച്ചാപ്പുവിനെ ഗൗനിച്ചത്.

"ദാമൂ, എത്ര നേരമായി ഞാനിവിടെ നിൽക്കുന്നു. വരുന്നവരോട് കുറച്ചൊക്കെ ആദരവ് കാണിച്ചുകൂടെ?"

കൊച്ചാപ്പുവിന്റെ ചോദ്യത്തിനുത്തരമായി ദാമു കത്രികയും ചീപ്പുമായി കൊച്ചാപ്പുവിനടുത്തെത്തി.

"കയറിയിരുന്നാട്ടെ... സംസാരിച്ചുനിൽക്കാൻ സമയമില്ല. നല്ല തിരക്കുള്ള ദിവസമാ..."

താൻ മുടിവെട്ടാൻ വന്നതല്ലെന്നറിയിച്ചപ്പോൾ ദാമു വലിയ ഗമയിൽ പറഞ്ഞു:

"എല്ലാവരും അവരവരുടെ ജോലിയിലാണ് കൊച്ചാപ്പൂ... സ്വന്തം ജോലി നോക്കി വേണമല്ലോ മറ്റുള്ളവരെ സ്വീകരിക്കാൻ... ശരിയല്ലേ?"

കൊച്ചാപ്പു ഒന്നും മിണ്ടാതെ സ്ഥലംവിട്ടു.

പിന്നീടൊരു ദിവസം ദാമു കൊച്ചാപ്പുവിന്റെ ഗുസ്തിപഠനശാല സന്ദർശിക്കാൻ ചെന്നു. ശിഷ്യന്മാർക്ക് ഗുസ്തിമുറകൾ പഠിപ്പിക്കുകയായിരുന്നു കൊച്ചാപ്പു. ദാമു വരുന്നതു കണ്ടപ്പോൾ കൊച്ചാപ്പു ശിഷ്യരോടു പറഞ്ഞു:

“ആ വന്നയാൾക്ക് രണ്ടിടിയും ഒരു തൊഴിയും കൊടുക്കൂ...”

ദാമുവിനൊന്നും മനസ്സിലായില്ല. അപ്പോൾ പൊട്ടിച്ചിരിച്ചുകൊണ്ട് കൊച്ചാപ്പു പറഞ്ഞു:

“സ്വന്തം ജോലിയനുസരിച്ചു വേണമല്ലോ മറ്റുള്ളവരെ സ്വീകരിക്കാൻ...”

ദാമുവിന് ഉത്തരമൊന്നുമില്ലായിരുന്നു. ■

പൊതുസ്വത്ത്

രാമുവിന് അന്ന് പുഴയിൽനിന്ന് കുറേ മീൻ കിട്ടി. അവ ഒരു കൂടയിലിട്ട് രാമു ചന്തയിലേക്കു പുറപ്പെട്ടു. വല്ലാതെ ക്ഷീണിച്ചപ്പോൾ രാമു ഒരു മരച്ചുവട്ടിലിരുന്ന് ഒന്നു മയങ്ങി.

സൂത്രക്കാരനായ പരമു അപ്പോൾ അതുവഴി വന്നു. പരമു മീൻകൂടയുമെടുത്ത് ഒറ്റ നടത്തം! രാമു കണ്ണുതുറന്നു നോക്കിയപ്പോൾ ഈ കാഴ്ച കണ്ടു.

“എടാ പരമൂ, എന്റെ മീൻകൂടയുമായി താനെങ്ങോട്ടാ? അതിങ്ങുതരാൻ...”

“പൊതുസ്ഥലത്ത് കിടക്കുന്നത് ആർക്കുമെടുക്കാൻ അവകാശമുണ്ടെടാ മണ്ടാ...”

മീൻകൂടയുമായി നടന്ന പരമുവിനെ രാമു അറിയാതെ പിൻതുടർന്നു. കുറച്ചുചെന്നപ്പോൾ പരമു വസ്ത്രങ്ങൾ കരയിൽവെച്ച് ഒരു പുഴയിൽ കുളിക്കാനിറങ്ങി. രാമു പരമുവിന്റെ വസ്ത്രങ്ങളുമെടുത്തു നടന്നു. പരമു അതു കണ്ടു.

“എന്റെ വസ്ത്രങ്ങളിങ്ങു താടാ രാമൂ...”

“ഹ! ഹ! ഹ! പൊതുസ്ഥലത്തു കിടക്കുന്നത് ആർക്കുമെടുക്കാമെന്നറിയില്ലേ?”

“അയ്യോ, ചതിക്കല്ലേടാ... മീൻകൂട ഞാൻ തിരിച്ചുതരാം... എന്റെ വസ്ത്രങ്ങൾ തിരിച്ചുതാടാ...”

“അങ്ങനെ വഴിക്കു വാടാ കൗശലക്കാരാ...”

മീൻകൂട തിരിച്ചുകിട്ടിയ സന്തോഷത്തിൽ രാമു യാത്ര തുടർന്നു. ■

സൂത്രപ്പണി വേണ്ട!

മഹാപിശുക്കനായിരുന്നു കോരാപ്പു, മാത്രമല്ല വലിയ സൂത്രക്കാരനും! ഒരു ദിവസം അയാൾ അല്പം എണ്ണ വാങ്ങാനായി കച്ചവടക്കാരൻ കിട്ടയ്യന്റെയടുത്തെത്തി. "കിട്ടയ്യാ, ഒരു കുപ്പി നിറയെ എണ്ണ വേണമല്ലോ."

കിട്ടയ്യൻ കുപ്പി നിറയെ എണ്ണയെടുത്ത് കോരാപ്പുവിനു നല്കി. അപ്പോൾ കോരാപ്പു ഒരു അടവെടുത്തു. "ഞാൻ പണമെടുക്കാൻ മറന്നല്ലോ കിട്ടയ്യാ..."

"സാരമില്ലെന്നേ... പണം പിന്നെ മതി. ഇപ്പോൾ എണ്ണ കൊണ്ടുപൊയ്ക്കോളൂ."

"അതുവേണ്ട കിട്ടയ്യാ. എണ്ണ പിന്നെ വാങ്ങിക്കോളാം. ഇപ്പോൾ എണ്ണ തിരികെയെടുത്ത് കുപ്പിയിങ്ങു തന്നേക്കൂ."

കോരാപ്പുവിന്റെ വിദ്യ കിട്ടയ്യനു പിടികിട്ടി.

'ഹമ്പട! കുപ്പിയിലെ എണ്ണ പാത്രത്തിലേക്കൊഴിച്ചാലും അതിൽ അല്പമൊക്കെ എണ്ണ പറ്റിപ്പിടിച്ചിട്ടുണ്ടാകുമല്ലോ. അതുകൊണ്ടു കാര്യം സാധിക്കാനാണ് വിരുതന്റെ പരിപാടി!'

കിട്ടയ്യൻ എന്തു ചെയ്തുവെന്നോ, കുപ്പിയിലെ എണ്ണ മുഴുവൻ പാത്രത്തിലേക്കൊഴിച്ച് കുപ്പി നന്നായി കഴുകി കോരാപ്പുവിനു കൊടുത്തു. സൂത്രപ്പണി പൊളിഞ്ഞതുകണ്ട് ആകെ ഇളിഭ്യനായി ഇഷ്ടൻ സ്ഥലം കാലിയാക്കി.

■

പാഠം പഠിപ്പിക്കാൻ കുതിര

നോക്കെത്താദൂരത്തോളം പരന്നുകിടക്കുന്ന കൃഷിഭൂമിക്കുടമയായ ഗിണ്ടാമണി പക്ഷേ, കണ്ണിൽച്ചോരയില്ലാത്തവനാണ് എന്ന് അയാളുടെ ജോലിക്കാർ എപ്പോഴും പറയും. എത്ര നന്നായി പണിയെടുത്താലും അയാൾക്ക് തൃപ്തിയാവില്ല. പണിക്കാരെക്കൊണ്ട് കൂടുതൽ ജോലി ചെയ്യിക്കാൻ ഗിണ്ടാമണി ഒരു സൂത്രം പ്രയോഗിച്ചു. അന്നന്നു ചെയ്യേണ്ട ഭാരിച്ച ജോലികൾ മുഴുവൻ ഒരു തുണ്ടുകടലാസിൽ കുറിച്ചുകൊടുക്കും. അതിൽ പറഞ്ഞതല്ലാതെ മറ്റെന്തെങ്കിലും ചെയ്താൽ തീർന്നു!

അങ്ങനെയിരിക്കെ, ഗിണ്ടാമണി ഒരു കുതിരയെ വാങ്ങി. ശരിക്കും മനുഷ്യരോട് ഇണങ്ങാത്ത ഇനമായിരുന്നു അത്. വലിയ ഗമയിൽ ഒരു ദിവസം ഗിണ്ടാമണി കുതിരപ്പുറത്ത് വയലിലെത്തി.

പണിക്കാർ കൂട്ടമായി ജോലി ചെയ്യുന്ന ബഹളവും മറ്റും കണ്ട് കുതിര വിരണ്ടുപോയി. ഗിണ്ടാമണിയേയുംകൊണ്ട് കുതിര കുതിച്ചുപാഞ്ഞു. അത്രതന്നെ പരിചയമില്ലാത്ത ഗിണ്ടാമണി കുതിരപ്പുറത്തുനിന്ന് തെറിച്ചു. എന്നാൽ, ജീനിയിൽ പിടിമുറുക്കിയതിനാൽ നിലത്തുവീഴാതെ കുതിര അയാളേയും വലിച്ചുകൊണ്ടോടുകയാണ്.

"അയ്യോ, രക്ഷിക്കണേ..." അയാൾ നിലവിളിച്ചുവെങ്കിലും പണിക്കാർ തെല്ലും ഗൗനിച്ചില്ല. സഹായത്തിനായി വീണ്ടും വീണ്ടും അലറിവിളിച്ചു. അപ്പോൾ ജോലിക്കാർ അവരവരുടെ കുറിമാനം ഉയർത്തിക്കൊണ്ടു പറഞ്ഞു:

"ഇതിലൊന്നും നിങ്ങളെ രക്ഷിക്കുന്ന കാര്യം എഴുതിയിട്ടില്ലല്ലോ. നിങ്ങളെ രക്ഷിക്കാൻ വന്നാൽ ഞങ്ങൾ പട്ടിണിയാവും."

ഗിണ്ടാമണിക്കു കാര്യം കത്തി. അയാൾ പണിക്കാരോട് കെഞ്ചിയപേക്ഷിച്ചു. "എനിക്ക് മാപ്പുതരൂ... ഇനിയൊരിക്കലും ഞാൻ നിങ്ങളെ ദ്രോഹിക്കില്ല. തീർച്ച. എന്നെ രക്ഷിക്കൂ..."

അതു കേട്ടപ്പോൾ പണിക്കാർ ഓടിയെത്തി കുതിരയെ തടുത്തുനിർത്തി. ഗിണ്ടാമണി മുതലാളി അവശനായി താഴെയിറങ്ങി. പിന്നീടൊരിക്കലും ഗിണ്ടാമണി ജോലിക്കാരോട് ക്രൂരമായി പെരുമാറിയിട്ടില്ല. ■

ദൊപ്പുവും സായിപ്പും

ഇത്തിരി പിരിലൂസുള്ള ദൊപ്പുവിന് സായിപ്പിന്റെ ബംഗ്ലാവിൽ പണി കിട്ടി. ദൊപ്പുവിന് വലിയ ഗമയായി - സായിപ്പിനൊപ്പമല്ലേ താമസം!

ഒരു ദിവസം അതിരാവിലെ ദൊപ്പു ഓംലറ്റുണ്ടാക്കി സായിപ്പിനു കൊണ്ടുകൊടുത്തു. സായിപ്പിനു സന്തോഷമായി. കുരുമുളകു പൊടി തൂവിയായിരുന്നു സായിപ്പ് ഓംലറ്റ് തിന്നാറുള്ളത്. സായിപ്പ് ദൊപ്പുവിനോട് 'പെപ്പർ' എന്നാവശ്യപ്പെട്ടു. എല്ലാം ഇംഗ്ലീഷിൽ പറഞ്ഞാൽ ദൊപ്പുവിനു മനസ്സിലാകില്ലെന്ന് സായിപ്പിനുമറിയാം.

കാലത്ത് ഇത്തിരി എഴുതുന്ന പതിവ് യജമാനനുണ്ടെന്നറിഞ്ഞ ദൊപ്പു, ഒരു വെള്ളക്കടലാസ് സായിപ്പിന്റെ മുന്നിലേക്ക് വെച്ചു. 'പെപ്പർ' എന്നാൽ കുരുമുളകുപൊടിയാണെന്ന് ദൊപ്പുവിനറിയില്ലല്ലോ.

കുരുമുളകുപൊടി ചോദിച്ചിട്ട് കടലാസ് കൊണ്ടുവന്നതു കണ്ടപ്പോൾ സായിപ്പിന് കലിയിളകി. അയാൾ എഴുന്നേറ്റു. അപ്പോഴാണ് പെനിസിലിൻ കുത്തിവെക്കേണ്ട കാര്യം അയാളോർത്തത്. എന്നും കാലത്ത് പതിവുള്ളതാണ്.

"പെനിസിലിൻ'

പേപ്പർ കിട്ടിയ സ്ഥിതിക്ക് എഴുതാൻ പെൻസിലാണു ചോദിക്കുന്നതെന്നു കരുതി ദൊപ്പു നല്ലൊരു പെൻസിലുമായി വന്നു. സായിപ്പിനപ്പോൾ ദേഷ്യം മാറി ചിരിയാണ് വന്നത്. കാരണം ദൊപ്പുവിന്റെ 'അസാമാന്യവിവര'മോർത്തിട്ടുതന്നെ!

ഏതായാലും പെൻസിലും പേപ്പറും കിട്ടിയ സ്ഥിതിക്ക് ചന്തയിൽ നിന്നുകൊണ്ടുവരേണ്ട സാധനങ്ങൾക്ക് ലിസ്റ്റ് തയ്യാറാക്കുകതന്നെ. എഴുതാൻ നോക്കിയപ്പോൾ പെൻസിൽ തെളിയുന്നില്ല. ഇനി പേനതന്നെ രക്ഷ.

തലയിൽ ചൊറിഞ്ഞുകൊണ്ട് സായിപ്പ് ദൊപ്പുവിനോടാവശ്യപ്പെട്ടു.

"പെൻ."

തല ചൊറിഞ്ഞുകൊണ്ട് 'പെൻ' എന്നു പറഞ്ഞപ്പോൾ, പേൻശല്യമാണെന്നാണ് പാവം ദൊപ്പു കരുതിയത്.

സമയം പാഴാക്കാതെ യജമാനഭക്തനായ ദൊപ്പു സായിപ്പിന്റെ തലയിൽ ചൊറിഞ്ഞ് 'പേൻ' എടുക്കാൻ തുടങ്ങി. സായിപ്പിനു ക്ഷമ നശിച്ചുതുടങ്ങിയിരുന്നു.

“ഇഡിയറ്റ്”

സായിപ്പ് അലറി.

യജമാനന് പേൻ ചൊറിയുന്നത് ഇഷ്ടമാകുന്നില്ലായിരിക്കാം. അതുകൊണ്ടാണല്ലോ ‘എട്ടിടി’ കൊടുക്കാൻ ആവശ്യപ്പെടുന്നത്. ഇഡിയറ്റ് എന്നത് തന്നെ ശകാരിച്ചതാണെന്ന് പാവം ദൊപ്പു വുണ്ടോ അറിയുന്നു!

സായിപ്പിന്റെ പേനെടുക്കൽ ‘ഇടിയെട്ട്’ നൽകിയായിരിക്കു മെന്നു നിനച്ച ദൊപ്പു പറഞ്ഞതനുസരിക്കാൻ തന്നെ തീരുമാ നിച്ചു. എട്ട് ഇടി തലയിൽ കൊടുക്കുകതന്നെ!

ഒന്ന്, രണ്ട്, മൂന്ന്...

കലികയറിയ സായിപ്പ് ദൊപ്പുവിന്റെ മുഖമടച്ചൊരു വീക്ക്!

പാവം ദൊപ്പു ഉമ്മറവും കടന്ന് മുറ്റത്തുചെന്നാണ് വീണത്.

■

കുതിരയും വിശറിയും

ബാഗ്ദാദിൽ പണ്ടൊരു പൊങ്ങച്ചക്കാരനുണ്ടായിരുന്നു. അലി. ഒരിക്കൽ അയാളൊരു പുതിയ കുതിരയെ വാങ്ങി. പുതിയ കുതിരയല്ലേ, നാലാളെ കാണിക്കാതെ, രണ്ടു പൊങ്ങച്ചം പറയാതെ അലിക്കുറക്കം വന്നില്ല.

അങ്ങനെ തൊട്ടയൽപക്കത്തുള്ള ഹസൻ എന്ന വ്യാപാരിയെ കാണാൻ അലി കുതിരപ്പുറത്തു കയറി. കുതിരയെ ഹസന്റെ വീട്ടുമുറ്റത്ത് എല്ലാവരും കാണുംവിധം നിർത്തി അലി അകത്തു കയറി.

ഹസന് സന്തോഷമായി. അയൽക്കാരൻ വീട്ടിൽ വന്നിരിക്കുകയാണല്ലോ. പക്ഷേ, ഹസൻ തന്റെ കുതിരയെ തീരെ ശ്രദ്ധിക്കുന്നില്ലെന്നറിഞ്ഞ അലി, ഒരു സൂത്രം പ്രയോഗിച്ചു.

"ഹസൻ, ചങ്ങാതീ, എന്റെ പുതിയ കുതിരപ്പുറത്തു യാത്ര ചെയ്തതുകൊണ്ടായിരിക്കണം വല്ലാത്ത ഉഷ്ണം. നല്ല വേഗത്തിലല്ലേ കുതിരയുടെ ഓട്ടം!"

അലിയുടെ 'അസുഖം' ഹസനു പിടികിട്ടി. അലിയെ ഒന്നു കളിപ്പിക്കാൻ തന്നെ ഹസനും ഉറച്ചു. ഹസൻ അകത്തുപോയി ഒരു വിശറിയുമായി തിരിച്ചുവന്നു. അത് ഹസൻ ആയിടെ വാങ്ങിയ വിശറിയായിരുന്നു.

"വീശിക്കോളൂ... ഞാൻ ഇന്ത്യയിൽനിന്നു കൊണ്ടുവന്ന വിശറിയാണിത്. ഇതുകൊണ്ടു വീശിയാലുണ്ടാകുന്ന കാറ്റിന് പ്രത്യേകമായൊരു സുഖമാണ്. അല്ലേ?"

ഹസന്റെ സംസാരം കേട്ട അലി ഒന്നും മിണ്ടിയില്ല.

■

വഴക്കുതീർന്നു!

ഒരിടത്ത് കാടൻ എന്നും പാണ്ടൻ എന്നും പേരുള്ള രണ്ടു പൂച്ച കളുണ്ടായിരുന്നു. അവർ എപ്പോഴും വഴക്കുകൂടുന്ന പ്രകൃത ക്കാരായിരുന്നു. നിസ്സാരകാര്യത്തിന് തമ്മിൽത്തല്ലുന്ന അവർക്ക് ഒരു ദിവസം രണ്ടു മീൻകിട്ടി. ഒന്ന് കരിമീനും മറ്റേത് ആരലും.

"കരിമീനാണ് ഏറ്റവും രുചി. ആരൽ എന്തിനുകൊള്ളാം."

"ഹയ്യട! ആരലിനൊക്കില്ല ഒരു മീനും!"

തമ്മിൽത്തല്ല് തുടർന്നു. അപ്പോഴാണ് സൂത്രക്കാരനായ ചെമ്പൻ കുറുക്കൻ അതുവഴി വന്നത്. കാടനും പാണ്ടനും വഴക്കിടുന്നത് അവൻ ശ്രദ്ധിച്ചു. മണ്ടന്മാരായ പൂച്ചകളെ പറ്റിച്ച് മീൻ സാപ്പിടാൻതന്നെ ചെമ്പൻ നിശ്ചയിച്ചു.

എന്തിനാണ് ബഹളം വെക്കുന്നത് എന്ന് ചോദിച്ച് അടുത്തുകൂടിയ കുറുക്കനെ കണ്ടപ്പോൾ ഇരുവർക്കും സമാധാനമായി.

“ചേട്ടാ ഇവൻ പറയുന്നു കരിമീനാണ് നല്ലതെന്ന്. എനിക്കറിയാം ആരലാണ് രുചിയെന്ന്. ചേട്ടൻതന്നെ പറഞ്ഞാട്ടെ.”

ചെമ്പൻ ആരലും കരിമീനും അടുത്തടുത്തുവെച്ച് രണ്ടിനേയും മണത്തുനോക്കി.

“ഇതങ്ങനെ പെട്ടെന്നു തീരുന്ന കേസ്സല്ല. കുറച്ചു സമയമെടുക്കും ചങ്ങാതിമാരേ...”

“എത്ര സമയമെടുത്താലും വേണ്ടില്ല. തീരുമാനമുണ്ടാകണം.” പാണ്ടനും കാടനും.

ചെമ്പൻ അപ്പോൾതന്നെ രണ്ടുമീനും അകത്താക്കി. അല്പ നേരം കണ്ണടച്ചിരുന്നു. എന്നിട്ട് ‘വിധി’ പ്രസ്താവിച്ചു.

“കരിമീനും ആരലും ഒരു കുഴപ്പവുമില്ലാതെ എന്റെ വയറ്റിൽ സുഖമായി കഴിയുന്നുണ്ട്. അവരിൽ ആരാണ് കൂടുതൽ രുചി യെന്നു പറയാൻ എന്റെ നാക്കു സമ്മതിക്കുന്നില്ല. ഒത്തൊരു മയും പരസ്പരവിശ്വാസവും തന്നെയാണ് ഏറ്റവും വലുത് ചങ്ങാതിമാരേ..”

ഇതും പറഞ്ഞ് ചെമ്പൻ സ്ഥലംവിട്ടു.

തങ്ങൾക്കു പറ്റിയ അബദ്ധം അപ്പോഴാണ് കാടനും പാണ്ടനും മനസ്സിലായത്. ■

ഇനിയെന്തു ചെയ്യും?

കൊട്ടാരത്തിലെ ഖജനാവു സൂക്ഷിപ്പുകാരനാണ് കുഞ്ഞപ്പൻ.

രാജ്യത്തെ കള്ളന്മാരുടെ ശല്യം വർധിച്ചപ്പോൾ, കാവൽ ഒന്നു കൂടി ശക്തമാക്കണമെന്ന് മന്ത്രി കുഞ്ഞപ്പനെ ഉണർത്തി.

അന്നൊരു രാത്രി കൊട്ടാരം ഉറക്കമായപ്പോൾ ഒരു കാൽപെരുമാറ്റം കേട്ട കുഞ്ഞപ്പൻ മയക്കത്തിൽ നിന്നുണർന്നു. കള്ളൻ!

ഇന്നേതായാലും കള്ളനെ താൻ പിടിച്ചുകെട്ടും. അതിനു മുമ്പ് കള്ളന്റെ നീക്കങ്ങളറിയാൻ കുഞ്ഞപ്പൻ ഖജനാവിന്റെ വാതിൽക്കൽ ഉറങ്ങിയതുപോലെ കുത്തിയിരുന്നു.

ഖജനാവിന്റെ പ്രധാന വാതിൽ കുറച്ചു മുകളിലായിരുന്നു. അതിനു താഴെയായിരുന്നു കുഞ്ഞപ്പൻ ഇരുന്നിരുന്നത്. കള്ളൻ പതുങ്ങി കുഞ്ഞപ്പന്റെ കാലിൽ ചവിട്ടി, ചുമലിൽ ചവിട്ടി ഖജനാവിന്റെ വാതിൽ കള്ളത്താക്കോലിട്ടു തുറന്നു.

കുഞ്ഞപ്പൻ കാത്തിരുന്നു, കള്ളൻ ഇനിയെന്തു ചെയ്യാനാണ് പരിപാടി?

അങ്ങനെ വാതിൽ തുറന്ന് ഖജനാവിനകത്തെത്തിയ കള്ളൻ സ്വർണവും മറ്റും പെട്ടിയിലാക്കി. ഇത് കുഞ്ഞപ്പൻ കാണുന്നുണ്ടായിരുന്നു. മൂപ്പർ വിചാരിച്ചു, ഇനിയെന്താണു ചെയ്യുന്നത്. നോക്കാമല്ലോ.

വൈകാതെ പണപ്പെട്ടി ചുമലിൽ വെച്ച് കള്ളൻ കുഞ്ഞപ്പന്റെ ചുമലിൽ ചവിട്ടി, കാലിൽ ചവിട്ടി നിലത്തിറങ്ങി. കുഞ്ഞപ്പൻ കാത്തിരുന്നു, ഇനിയിവൻ എന്തുചെയ്യും?

കള്ളൻ ഇടനാഴിയിലൂടെ ഓടി കൊട്ടാരത്തിനു വെളിയിലെത്തി രക്ഷപ്പെട്ടു.

അപ്പോൾ ബോധം വന്ന് അന്തംവിട്ടു നിൽക്കുകയായിരുന്ന കുഞ്ഞപ്പൻ വിചാരിച്ചു.

"ഇനി ഞാനെന്തു ചെയ്യും?" ■

ആരാണു കേമൻ?

ഒരു വീട്ടിൽ ഒരു പൂച്ചയും ഒരു പട്ടിയുമുണ്ടായിരുന്നു.

ഇരുവരും പരസ്പരം മേനിപറച്ചിലിൽ കേമൻമാരാണ്. താനാണ് യജമാനന്റെ പ്രിയപ്പെട്ട കാവൽക്കാരനെന്ന് പട്ടിയും വീട്ടുകാരുടെ അരുമ താനാണെന്ന് പൂച്ചയും വാദിക്കുക പതിവായിരുന്നു.

ഒരു ദിവസം രാത്രി ഒരു കള്ളനെ പട്ടി കുരച്ചോടിച്ചു. വീട്ടുകാർ പട്ടിയെ സ്നേഹത്തോടെ നോക്കുന്നതും മറ്റും പൂച്ചയ്ക്കു സഹിച്ചില്ല. അവൻ പറഞ്ഞു.

"താൻ ചെയ്തതത്ര മഹാകാര്യമൊന്നുമല്ല. ഞാനില്ലായിരുന്നെങ്കിൽ എലിയും പെരുച്ചാഴിയും ഈ വീട്ടിൽ പെരുകിയേനേ."

"ഹമ്പട! കള്ളന്മാരെ തുരത്തിയോടിച്ച എന്റെ കാര്യം നോക്ക്. എന്റെയത്ര ഉപകാരം ചെയ്യുന്നത് ലോകത്ത് വേറെയാരുമല്ല..."

പൂച്ചയും പട്ടിയും തർക്കിക്കുന്നതുകേട്ട് ഉത്തരത്തിൽ പറ്റിപ്പിടിച്ചിരുന്ന പല്ലി പറഞ്ഞു.

"നിങ്ങൾ ചെയ്യുന്നതൊക്കെ എന്ത്? ഞാനിങ്ങനെ താങ്ങിപ്പിടിച്ചില്ലെങ്കിൽ ഈ വീട് തന്നെ നിലംപൊത്തുമായിരുന്നു! ഒരു പട്ടിയും പൂച്ചയും വന്നിരിക്കുന്നു..."

പല്ലിയുടെ വർത്തമാനം കേട്ടപ്പോൾ പട്ടിയും നായയും പിന്നെ മിണ്ടിയില്ല.

"ഹ! ഹ! ഹ! നിങ്ങളെക്കൊണ്ടൊക്കെ എന്തിനു കൊള്ളാം. മനുഷ്യർക്ക് ഏറ്റവും കൂടുതൽ സഹായം ചെയ്യുന്നത് ഞാനാ.."

പൂച്ചയും പട്ടിയും പല്ലിയും ശബ്ദം കേട്ടിടത്തേക്കു നോക്കി.

വീട്ടിൽ വളർത്തുന്ന പൂങ്കോഴിച്ചാത്തൻ.

"ഞാൻ എന്നും പുലർച്ചെ കൂവിവിളിക്കുന്നതുകൊണ്ടല്ലേ, ലോകം തന്നെ പുലരുന്നത്. ഇല്ലെങ്കിൽ കാണാമായിരുന്നു കഥ."

അതോടെ തർക്കം അവസാനിക്കുകയും ചെയ്തു.

■

രംഗനും തസ്കരവീരന്മാരും

കാലിക്കച്ചവടക്കാരനായ രംഗന് അന്ന് പതിവിലേറെ ലാഭം കിട്ടിയിരുന്നു. മടിശ്ശീല നിറയെ പണവുമായി ഗ്രാമത്തിലേക്കു തിരിച്ചതാണ് അയാൾ. നേരം വൈകിയിരിക്കുന്നു. വിജനമായ ഒരു കാട്ടുപാത താണ്ടി വേണമായിരുന്നു രംഗന് വീടെത്താൻ. കൂട്ടിനാണെങ്കിൽ ആരുമൊട്ടില്ലതാനും. വഴിയാത്രക്കാരെ കൊള്ള യടിക്കുന്ന തസ്കരന്മാർ രാത്രികാലങ്ങളിൽ ഉണ്ടാകാറുണ്ടെന്നും രംഗൻ അറിഞ്ഞിരുന്നു.

അല്പദൂരം കഴിഞ്ഞപ്പോൾ കാട്ടുപാതയായി. അപ്പോൾ എവിടെനിന്നോ മൂന്നുപേർ രംഗന് പിന്നിലും മുന്നിലുമായി പ്രത്യക്ഷപ്പെട്ടു. ഒന്നാമൻ മാന്യമായി വസ്ത്രധാരണം ചെയ്തി രിക്കുന്നു. രണ്ടാമന്റെ അരയിൽ കഠാര തൂങ്ങിക്കിടക്കുന്നുണ്ട്. മുഖത്താണെങ്കിൽ കട്ടിയുള്ള കൊമ്പൻമീശയും. മൂന്നാമൻ ഈർക്കിൽ പരുവത്തിലുള്ളവനും.

രംഗന് ആളുകളെ മനസ്സിലായി. താൻ പേടിച്ചിരുന്ന തസ്കര ന്മാർ തന്നെ! ഇവർ മൂവരും ശക്തരാണ്. താനൊറ്റയ്ക്കും. ഒരാളാണ് എങ്കിൽ എതിരിടാനുള്ള ധൈര്യവും ശക്തിയുമൊക്കെ തനി ക്കുണ്ട്. മൂന്നുപേരേയും ഒരുമിച്ച് നേരിടുന്നത് ബുദ്ധിയല്ല. എന്തെ ങ്കിലും ഉപായംകൊണ്ടേ സുരക്ഷിതമായി വീടെത്താൻ കഴിയൂ...

രംഗൻ മൂന്നുപേരോടുമായി പറഞ്ഞു. "ചങ്ങാതിമാരേ, ഞാൻ ചന്ത കഴിഞ്ഞു വരുന്ന വഴിയാണ്. ഇന്നാണെങ്കിൽ മടിനിറയെ കാശുമുണ്ട്. കള്ളന്മാരെ പേടിച്ചു നടക്കുമ്പോഴാണ് നിങ്ങളെ കണ്ടത്. മിണ്ടിപ്പറഞ്ഞു പോകാനും ആളായല്ലോ...!"

മൂവരും രംഗൻ പറഞ്ഞതിന് മറുപടിയൊന്നും പറഞ്ഞില്ല. ഒന്നാമന്റെയടുത്തേക്കു നീങ്ങി രംഗൻ തുടർന്നു. "താങ്കൾ

നല്ലൊരു കുടുംബത്തിൽ പിറന്ന ജമീന്ദാർ ആണ് എന്നു മനസ്സിലായി. എന്റെ കുടുംബം ജമീന്ദാർമാരെ എന്നും ബഹുമാനിക്കാറുണ്ട്. അവരെ വീട്ടിൽ ക്ഷണിച്ച് സൽക്കരിച്ച് ദക്ഷിണയും നൽകി മാത്രമേ മടക്കി അയക്കാറുള്ളൂ. താങ്കളെ കൂട്ടിനു കിട്ടിയത് എന്റെ മഹാഭാഗ്യമാണ്."

ഒന്നാമൻ ആശ്ചര്യത്തോടെ രംഗനേയും മറ്റുള്ളവരേയും നോക്കി. അയാൾക്ക് സന്തോഷവും സ്വയം അഭിമാനവും തോന്നി. 'ക്ഷണം' സ്വീകരിച്ച് ഈ തിരുമണ്ടന്റെ വീട്ടിലെത്തിയാൽ എല്ലാം കൈക്കലാക്കാം. ഹയ്യട! രംഗൻ രണ്ടാമനോട് പറഞ്ഞു.

"നിങ്ങൾ ഒരു യോദ്ധാവാണ് എന്ന് തീർച്ചയാണ്. അസാമാന്യമായ മെയ്ക്കരുത്തും ഉരുക്കിനു സമാനമായ ശരീരവും മുഖത്തുള്ള തേജസ്സും ഈ ആയുധവും അത് വിളിച്ചോതുന്നുണ്ട്. രാജ്യത്തിന്റെ സുരക്ഷതന്നെ യോദ്ധാക്കളിലും ഭടന്മാരിലുമാണ് എന്ന് ഞാൻ പഠിച്ചിട്ടുണ്ട്. എന്റെ വീട്ടിലേക്ക് വരുന്നതിൽ വിരോധമില്ലല്ലോ...?"

രണ്ടാമനും രംഗന്റെ പുകഴ്ത്തലും മറ്റും നന്നായി ബോധിച്ചു. ചങ്ങാത്തം കൂടിയാൽ തനിക്ക് മെച്ചമേ ഉണ്ടാകൂവെന്ന് അയാൾ കണക്കുകൂട്ടി. മൂന്നാമനായ ഈർക്കിൽ പരുവക്കാരനെ നോക്കി രംഗൻ പരുഷനായി: "തന്നെ കണ്ടാലറിയാം ഒരു ദരിദ്രനാണെന്ന്. വിറകുകൊള്ളി പോലിരിക്കുന്ന തന്നെപ്പോലുള്ളവർ ആർക്കും ഒരുപകാരവും ചെയ്യുന്നില്ല. ഇവരൊക്കെ മാന്യന്മാരും കൊള്ളാവുന്നവരുമാണ്. തന്നെപ്പോലെ ദരിദ്രനാരായണനല്ല... വേഗം സ്ഥലംവിട്ടോ... ഇല്ലെങ്കിൽ എന്റെ തനിസ്വഭാവം താനറിയും... ഹമ്പട!"

മീശ ചുരുട്ടി മുഷ്ടി നീട്ടി മൂന്നാമനു നേരെ രംഗൻ പാഞ്ഞു ചെന്നപ്പോൾ ഒന്നാമനും രണ്ടാമനും അനങ്ങിയില്ല. എതിർക്കാൻ ചെന്നാൽ തങ്ങൾക്ക് 'ചുളു'വിൽ കിട്ടിയ സ്ഥാനമാനങ്ങളും ഇനി കിട്ടാൻ പോകുന്ന സമ്പത്തും പൊയ്പ്പോകുമല്ലോ.

സംഗതി പന്തിയല്ലെന്നു കണ്ട മൂന്നാമൻ ഓടിരക്ഷപ്പെട്ടു.

രംഗനും മറ്റു രണ്ടുപേരും യാത്രതുടർന്നു.

അല്പം ചെന്നപ്പോൾ രംഗൻ ഒന്നാമനോട് പറഞ്ഞു:

"ജമീന്ദാർമാർ എന്നും ഗ്രാമത്തിന് ഐശ്വര്യമാണ്. സത്യം പറഞ്ഞാൽ അവർ രാജാക്കന്മാർ തന്നെയാണ്. അവരില്ലെങ്കിൽ

ഗ്രാമവും രാജ്യവും അനാഥമായിപ്പോകില്ലേ? അല്ലേ സ്നേഹിതാ?"

ഒന്നാമന് പാൽപ്പായസം കിട്ടിയ അവസ്ഥ.

അപ്പോൾ രംഗൻ രണ്ടാമനുനേരെ തിരിഞ്ഞ് അല്പം കോപത്തോടെ പറഞ്ഞു:

"അല്ല ചങ്ങാതീ, താനെന്നു മുതൽക്കാണ് ഗ്രാമത്തിന്റെ സംരക്ഷകനായത്? തന്റെ ഉണ്ടക്കണ്ണ് കണ്ടാലറിഞ്ഞുകൂടേ താൻ പെരുങ്കള്ളനാണെന്ന്! പെരുങ്കള്ളന്മാരാണോ രാജകാര്യം

നോക്കുന്നത്. ഇനിയും എന്നോടൊപ്പം വരാനാണ് ഭാവമെങ്കിൽ എന്റെ കൈക്കരുത്ത് താനറിയും...!!"

കണ്ണുരുട്ടി മുഷ്ടിചുരുട്ടി തന്റെ നേർക്കടുക്കുന്ന രംഗനെ കണ്ടപ്പോൾ രണ്ടാമന്റെ നല്ലജീവൻ പോയി. ഒന്നാമനാകട്ടെ തനിക്കു ലഭിക്കാൻ പോകുന്ന സൗഭാഗ്യങ്ങളോർത്ത് മിണ്ടാതെ നിന്നു.

ഇനി നിന്നാൽ അപകടമാണ് എന്ന് മനസ്സിലാക്കിയ രണ്ടാമൻ കണ്ട വഴിയേ ഓട്ടമായി.

"ഒന്നിനും കൊള്ളാത്തവന്മാരൊക്കെ പോയി. ഇനി താങ്കൾ വരൂ... നമുക്കു പോകാം."

അല്പദൂരം കഴിഞ്ഞപ്പോൾ രംഗൻ ഒന്നാമനോട് ചോദിച്ചു:

"എന്റെ വർത്തമാനവും പുകഴ്ത്തലും തന്നെ വല്ലാതെയങ്ങ് രസിപ്പിച്ചു. അല്ലേടാ കാട്ടുകള്ളാ...! താനൊക്കെ ജമീന്ദാർ കുടുംബത്തിലേതാണ് എന്ന് പറഞ്ഞവരെയാണ് അടി ച്ചോടിക്കേണ്ടത്. എന്റെ പണം തട്ടാനുള്ള തന്റെ വേലയങ്ങ് മനസ്സിൽ വെച്ചേക്ക്... ഇനിയും എന്നോടൊപ്പം വരാൻ തനിക്കു ധൈര്യമുണ്ടോടാ...?"

രംഗന്റെ നോട്ടവും മീശചുരുട്ടലുമായപ്പോൾ ഒന്നാമനും പതറി. ഒരു കായികാഭ്യാസിയാണ് എതിരാളിയെന്ന് ഒന്നാമന് ബോധ്യമായി. ഒരു നിമിഷംപോലും നിൽക്കാതെ അയാൾ പിന്തിരിഞ്ഞോടി.

തന്റെ തന്ത്രം കുറിക്കുകൊണ്ടതിൽ സന്തോഷിച്ച് രംഗൻ മടക്കയാത്ര തുടർന്നു. ■

യോഗം വേണം, യോഗം!

താൻ വലിയ ബുദ്ധിമാനാണ് എന്നാണ് കിട്ടപ്പന്റെ വിചാരം. ഒരു ദിവസം കിട്ടപ്പൻ അടുത്തുള്ള ഒരു ഗ്രാമത്തിലെത്തി. അവിടെയുള്ളവരെ പറ്റിച്ച് കഴിഞ്ഞുകൂടിയാലോ എന്നായി പുള്ളിയുടെ ചിന്ത. കുറച്ചകലെ ഒരാൾക്കൂട്ടം കണ്ടപ്പോൾ അയാൾ അങ്ങോട്ടു നടന്നു.

ആൾക്കൂട്ടത്തിന്റെ കാരണമിതായിരുന്നു - ഒരു വൃദ്ധൻ തന്റെ വീടിന്റെ മുകളിൽ കയറി ഓടുമാറ്റിവെച്ചു. താഴെയിറങ്ങാൻ വൃദ്ധനു പേടി. കയറിയതുപോലെ ഇറങ്ങിയാൽ മതി എന്ന് കൂടിനിന്നവർ ഉപദേശിച്ചുവെങ്കിലും വിറച്ചുതുടങ്ങിയ അയാൾക്കു തോന്നി, താൻ താഴെ വീണ് മരിച്ചെങ്ങാനും പോയാലോ...! അങ്ങനെ പുരയ്ക്കു മുകളിൽ പേടിച്ചുവിറച്ചിരിക്കുകയാണ് വൃദ്ധൻ. ആരെങ്കിലും മുകളിലേക്കു കയറിച്ചെല്ലാനും വൃദ്ധൻ സമ്മതിക്കുന്നില്ല.

അവിടേക്കുചെന്ന് സ്ഥിതിഗതികൾ മനസ്സിലാക്കിയ കിട്ടപ്പൻ ഒരു ബുദ്ധിയുപദേശിച്ചു. "ഈ വീടങ്ങ് പൊളിച്ചുകളയുക. അപ്പോൾ വൃദ്ധനും താഴെയെത്തുമല്ലോ." ഗ്രാമീണർ കിട്ടനെ രൂക്ഷമായി നോക്കി. തന്റെ സൂത്രം ഫലിക്കില്ലെന്നു വന്നപ്പോൾ അയാൾ മറ്റൊന്നു പുറത്തെടുത്തു. "ഒരു വലിയ കയർ കൊണ്ടുവരൂ... വൃദ്ധനെ താഴെയെത്തിക്കാമോയെന്ന് ഞാനൊന്നു നോക്കട്ടെ. ഹമ്പട!"

ഗ്രാമീണരിലാരോ പശുവിനെ കെട്ടുന്ന കുരുക്കോടെയുള്ള ഒരു കയർ കൊണ്ടുവന്നു. ആ കുരുക്ക് കിട്ടപ്പൻ വൃദ്ധന് എറിഞ്ഞു കൊടുത്ത് അരയിൽ ബന്ധിക്കാൻ പറഞ്ഞു. വൃദ്ധൻ അതുപോലെ ചെയ്തു. അടുത്ത നിമിഷം കിട്ടപ്പൻ കയർ ശക്തിയായി ഒറ്റവലി. വലിയുടെ ശക്തിയിൽ വൃദ്ധൻ നിലത്തു വീണു. വീടിന്റെ മുകളിൽ നിന്ന് വേഗതയിൽ നിലത്തെത്തിയ വൃദ്ധന്റെ സ്ഥിതിയെന്താവും?

മുഖം കുത്തിവീണ വൃദ്ധനെ ഗ്രാമീണർ ആശുപത്രിയിലേക്കു കൊണ്ടുപോയി. ഗ്രാമീണർ കിട്ടപ്പനു നേരെ ചീറിയടുത്തു. "ഇതാണോ നിങ്ങളുപദേശിച്ച ബുദ്ധി. ആ മനുഷ്യൻ രക്ഷപ്പെടുമോ എന്തോ..."

അതിനു മറുപടിയായി ഒരു കൂസലുമില്ലാതെ കിട്ടപ്പൻ പറഞ്ഞു:

"എല്ലാറ്റിനും ഓരോ യോഗം വേണം. നാട്ടുകാരേ, ഇതേ കുരുക്കുകയർ കൊണ്ടാണ് കഴിഞ്ഞയാഴ്ച ഒരു കുട്ടിയെ ഞാൻ കിണറ്റിൽനിന്നു രക്ഷിച്ചത്. അവനിന്നൊരു കുഴപ്പവുമില്ലാതെയിരിക്കുന്നു... ഓരോന്നിനുമുണ്ടടോ ഓരോ യോഗം!"

കിട്ടപ്പന്റെ വർത്തമാനം കേട്ടപ്പോൾ ഗ്രാമീണർ പല്ലുഞെരിച്ചു. അല്ലാതെന്തു ചെയ്യും? ■

മുളയിലേ നുള്ളി!

മായാണ്ടി അമ്മാവന്റെ കൂടെ നടക്കുകയായിരുന്നു. അമ്മാവൻ വിദേശത്തൊക്കെ പോയി പഠിച്ചുവന്നതാണ്. ഓരോ കാര്യവും മായാണ്ടി കേട്ടുകൊണ്ടിരിക്കുകയാണ്.

"എന്തു ചീത്തകാര്യമാണെങ്കിലും അതൊക്കെ നമ്മൾ മുള യിലേ നുള്ളിക്കളയണം! അതിനെ ഒരിക്കലും വളരാൻ അനുവ ദിച്ചുകൂടാ..."

മായാണ്ടി എല്ലാം പഠിച്ചു.

ഒരു ദിവസം മായാണ്ടി വലിയ സന്തോഷത്തോടെ അമ്മാവനരികിലെത്തി.

"ഞാനിന്നു വലിയൊരു കാര്യം ചെയ്തു അങ്കിൾ..."

"എന്താണ്? കേൾക്കട്ടെ, കേൾക്കട്ടെ..."

"വളർന്നു വലുതായാൽ മനുഷ്യരെ കഷ്ടപ്പെടുത്തുന്ന ഒരുത്തനെ ഞാൻ കുരുന്നിലേ നശിപ്പിച്ചു."

"വെരി ഗുഡ്! ആട്ടെ എന്താണ് നശിപ്പിച്ചത്?"

അമ്മാവൻ മായാണ്ടിയോടൊപ്പം സ്ഥലത്തെത്തി. ഒരു കൊടുത്തൂവച്ചെടി എടുത്തു കാണിച്ചുകൊണ്ട് മായാണ്ടി തലയുയർത്തി പ്രഖ്യാപിച്ചു.

"ഇതിനിപ്പോ നാലോ അഞ്ചോ ഇലകളേയുള്ളൂ. ഇപ്പോൾത്തന്നെ മേൽതൊട്ടാൽ എന്തൊരു ചൊറിച്ചിലാണ്! ഇവൻ വളർന്നു തേക്കുപോലെയോ ആലുപോലെയോ ആയാൽ മനുഷ്യർ ചൊറിഞ്ഞു ചൊറിഞ്ഞു തളരില്ലേ. ഞാനിതിനെയങ്ങ് പിഴുതുകളഞ്ഞു."

മായാണ്ടിയുടെ വർത്തമാനം കേട്ട് അമ്മാവൻ വാ പൊളിച്ചുപോയി.

■

ആരാണ് പുലി?

ബെല്ലടിച്ചു. കുട്ടികളെല്ലാം ക്ലാസ്സുകളിലേക്കുചെന്ന് അവരവരുടെ ഇരിപ്പിടങ്ങളിൽ ഇരുന്ന് അധ്യാപകന്റെ വരവും കാത്തിരിക്കുകയാണ്. പഠിപ്പിച്ചവ നന്നായി മനസ്സിലാക്കിയില്ലെങ്കിൽ ചൂരലുകൊണ്ട് 'തഴുകുന്ന' കാലൻമത്തായിമാസ്റ്ററിന്റെ ക്ലാസാണ് അന്ന് ആദ്യം.

വൈകാതെ മത്തായിമാസ്റ്റർ ക്ലാസിലെത്തി. ഹാജർ പരിശോധനയും മറ്റും കഴിഞ്ഞപ്പോൾ സാറ് ഒരു പോസ്റ്റർ ബോർഡിൽ തൂക്കി. അതിൽ പലതരത്തിലുള്ള ഓഫീസ് ഉപകരണങ്ങളും മറ്റുമാണ്. പഴയതും ഇന്നുപയോഗത്തിലില്ലാത്തതുമായ പലതുമുണ്ടായിരുന്നു അക്കൂട്ടത്തിൽ.

"ഇതിൽ ടൈപ്പ്റൈറ്റർ എന്ന പഴയ ഉപകരണം ഏതാണ് എന്ന് പറയാമോ?"

മത്തായി മാസ്റ്റർ ഓരോരുത്തരോടും ടൈപ്പ്റൈറ്റർ ഏതെന്ന് ചൂണ്ടിക്കാണിക്കാൻ പറഞ്ഞു. ചെറിയ അക്ഷരത്തിലാണ് ഓരോ ഉപകരണത്തിന്റേയും പേര് എന്നതിനാൽ കണ്ടുകൊണ്ടു മാത്രമേ പറയാനും പറ്റുമായിരുന്നുള്ളൂ.

പലരും പലതാണ് ചൂണ്ടിപ്പറഞ്ഞത്. മത്തായി മാസ്റ്റർക്ക് തൃപ്തിയായില്ല. അദ്ദേഹം ചോദിച്ചു:

"ടൈപ്പ്റൈറ്റർ എന്ന പഴയ പ്രിന്റ് ചെയ്യുന്ന സൂത്രം ആർക്ക് കാണിക്കാം?"

അപ്പോൾ ക്ലാസിലെ മിടുക്കനായ മായിൻകുട്ടി എഴുന്നേറ്റു ചെന്ന് പോസ്റ്ററിലെ ഒരു യന്ത്രം തൊട്ടുകാണിച്ചു.

"സബാഷ്, മായിൻകുട്ടി, നീയാണെടാ പുലി!"

മത്തായിമാസ്റ്റർക്ക് സന്തോഷമായി. ഒരാളെങ്കിലുമുണ്ടായല്ലോ ക്ലാസിൽ തലച്ചോറുള്ളവനായിട്ട്.

പിന്നീട് മാസ്റ്റർ ടൈപ്പ്റൈറ്ററിനെക്കുറിച്ച് കുറേ കാര്യങ്ങൾ വിവരിച്ചു.

"ഇനി ചില നുറുങ്ങുചോദ്യങ്ങൾ ചോദിക്കുകയാണ്. ശരിയായ ഉത്തരം പറയണം. ആരാണ് ടൈപ്പ്റൈറ്റർ കണ്ടുപിടിച്ചത്?"

കുട്ടികൾ ഒന്നടങ്കം വിളിച്ചു പറഞ്ഞു:

"മായിൻകുട്ടി!"

മത്തായിമാസ്റ്റർ അതുകേട്ട് വായും പൊളിച്ചുനിന്നുപോയി.

■

സഹായം കൊച്ചാപ്പി

നാട്ടിൻപുറത്തുകാരനായ കൊച്ചാപ്പി പട്ടണത്തിലുള്ള തന്റെ അമ്മാവന്റെ വീട്ടിൽ വിരുന്നുവന്നിരിക്കുകയാണ്. വിശേഷം പറച്ചിലിനും കുശലാന്വേഷണങ്ങൾക്കുംശേഷം അമ്മാവനും കൊച്ചാപ്പിയും പട്ടണത്തിലെ ഒരു തിയേറ്ററിൽ സിനിമയ്ക്കു കയറി.

കൊച്ചാപ്പി ആദ്യമായാണ് സിനിമാശാലയിൽ കയറി സിനിമ കാണുന്നത്. വലിയ സ്ക്രീനിൽ ചിത്രങ്ങൾ തെളിഞ്ഞുവന്നപ്പോൾ അവൻ വിസ്മയിച്ചിരുന്നു. ഒരു സംഘട്ടനരംഗം വന്നപ്പോൾ കൊച്ചാപ്പി അമ്മാവനോടു പറഞ്ഞു:

“ഇത്രയും ആളുകൾ കാൺകെ അടിപിടിക്കാൻ അവന്മാർക്കു നാണമില്ലേ...?

അമ്മാവൻ വെറുതെ ചിരിച്ചു.

പെട്ടെന്നായിരുന്നു കഥാനായകൻ രാത്രി കൂരിരുട്ടുള്ള വഴിയിലിറങ്ങി നടക്കാൻ തുടങ്ങിയത്. അതുകണ്ടപ്പോൾ കൊച്ചാപ്പിക്കു വല്ലാത്ത പ്രയാസം. ഫസ്റ്റ് ഷോയായതിനാൽ വീട്ടിലേക്കു പോകാൻ ഒരു ടോർച്ചും അമ്മാവൻ കരുതിയിരുന്നു.

“അമ്മാവാ, ആ ടോർച്ചിങ്ങുതന്നേ...”

“എന്തിനാടാ നിനക്കിപ്പോൾ ടോർച്ച്?”

അമ്മാവന്റെ കൈയിൽനിന്നും ടോർച്ച് വാങ്ങി കൊച്ചാപ്പി സ്ക്രീനിലേക്കടിക്കാൻ തുടങ്ങിയപ്പോൾ കാണികൾ ബഹളം വെച്ചു.

“കൊച്ചാപ്പീ, എന്താടാ നീയീ കാണിക്കുന്നത്? സ്ക്രീനിലേക്കു ടോർച്ചടിക്കുകയോ...?”

“അതു പിന്നെ... ഒരു സഹായമാകട്ടേന്നു കരുതിയാ...”

"എന്തു സഹായം?"

അമ്മാവന് ഒന്നും മനസ്സിലായില്ല.

"സിനിമയിലെ നായകൻ! കണ്ടില്ലേ ഇരുട്ടത്തല്ലേ നടന്നു പോകുന്നേ..."

കൊച്ചാപ്പിയുടെ വർത്തമാനം കേട്ട് അമ്മാവൻ പല്ലുകൾ കൂട്ടിക്കടിച്ചു. അല്ലാതെന്തു ചെയ്യാൻ.

■

പേടിവർമന്റെ പേടിമാറി!

പേടിച്ചുതുള്ളി രാജ്യത്തെ രാജാവായ പേടിവർമൻ പേരു പോലെ വലിയ പേടിത്തൊണ്ടനായിരുന്നു. രാത്രി സ്വന്തം നിഴലു കണ്ടാൽ മതി. രാജാവ് പേടിച്ചുവിറയ്ക്കും. മന്ത്രിയായ ധീര ശൂരൻ ബുദ്ധിമാനും ധൈര്യശാലിയുമായിരുന്നു. രാജാവിന്റെ പേടി അപകടം ക്ഷണിച്ചുവരുത്തുമെന്നു മനസ്സിലാക്കിയ മന്ത്രി തലപുകഞ്ഞാലോചിച്ച് ഒരു വഴി കണ്ടെത്തി. രാജാവിന്റെ പേടി മാറ്റുന്നവർക്ക് കിടിലൻ സമ്മാനങ്ങൾ ലഭിക്കുമെന്ന് വാഗ്ദാനം ചെയ്തു.

വിളംബരം കേട്ട് പണമോഹികളായ പലരും വന്നു പരീക്ഷി ച്ചെങ്കിലും ഫലമുണ്ടായില്ല. പേടിവർമന് പിന്നെ ആരെ ക്കണ്ടാലും പേടിവരാൻ തുടങ്ങി!

അപ്പോഴാണ് തുന്നൽക്കാരനായ സൂത്രപ്പൻ കൊട്ടാരത്തി ലെത്തി മന്ത്രിയെക്കണ്ട് രാജാവിന്റെ പേടിമാറ്റാൻ അനുവദിക്ക ണമെന്നപേക്ഷിച്ചത്. സൂത്രപ്പനെ കണ്ടപ്പോൾ മന്ത്രിക്ക് ചിരി യാണ് വന്നത്. പല വമ്പന്മാരും പയറ്റിയിട്ടു നടക്കാത്ത കാര്യ മാണ്. എന്നാലും അനുവാദം നൽകി.

അന്നുതന്നെ സൂത്രപ്പൻ ഒരു കിരീടവും ഉടവാളുമൊക്കെ എവിടുന്നോ സംഘടിപ്പിച്ച് പടയാളികളുടെ വേഷവും ധരിച്ച് മന്ത്രിയുടെ സമ്മതത്തോടെ അന്തഃപുരത്തിനുള്ളിൽ പ്രവേശിച്ചു. രാജാവ് ഉറങ്ങുന്ന മുറിയുടെ മുന്നിലെത്തി. ഭടന്മാരുടെ കണ്ണിൽ പെടാതെയായിരുന്നു ഇതൊക്കെ.

പതുക്കെ വാതിൽ തുറന്ന് അകത്തെത്തി. ഉറങ്ങുകയായി രുന്ന രാജാവിന്റെ കാലിൽ വാളുകൊണ്ട് ഒന്നു ചൊറിഞ്ഞു. രാജാവ് ഞെട്ടിയുണർന്നു. ശത്രുക്കളാരെങ്കിലുമായിരിക്കുമോ...? എങ്കിൽ തന്റെ കഥ കഴിഞ്ഞതുതന്നെ! രാജാവിനു പേടിയായി.

ഇതുതന്നെ പറ്റിയ അവസരം! തീർച്ചയാക്കി. സൂത്രപ്പൻ ബോധംകെട്ടതുപോലെ 'പൊത്തോം' എന്ന് നിലത്ത് ഒരു വീഴ്ച! രാജാവിന് അത്ഭുതമായി. ശ്ശെടാ! ഇവൻ തന്നെ കണ്ടപ്പോഴാണല്ലോ ബോധം കെട്ടുവീണത്. അപ്പോൾ തന്നെ കണ്ടാലും പേടിച്ചുവീഴുന്നവരുണ്ട്.

രാജാവ് സൂത്രപ്പനെ പരിശോധിച്ചു. ങേ, ഒരു വാൾ! രാജാവ് വാൾ കൈക്കലാക്കി. ഈ സമയമെല്ലാം സൂത്രപ്പൻ ബോധം കെട്ടതുപോലെ കിടക്കുകയായിരുന്നു. സൂത്രപ്പന്റെ വേഷം കൂടി കണ്ടപ്പോൾ രാജാവിനു തീർച്ചയായി. ഇവൻ ശത്രുരാജ്യത്തു നിന്നും വന്ന ഏതോ ഭടൻ തന്നെ! രാജാവ് വാൾ സൂത്രപ്പനു നേരെ ചൂണ്ടിക്കൊണ്ട് അലറി: "പറയടാ... ആരാണ് നീ..?"

സൂത്രപ്പൻ പേടിച്ചുവിറച്ചുകൊണ്ട് എഴുന്നേറ്റു. "പ്രഭോ രക്ഷിക്കണം. ഞാൻ അയൽരാജ്യത്തെ മുഖ്യസൈന്യാധിപനാണേ..."

അപ്പോൾ പേടിവർമനു തോന്നി, ശ്ശോ തന്നെ കണ്ടപ്പോൾ അയൽരാജ്യത്തെ മുഖ്യസൈന്യാധിപൻപോലും പേടിച്ചുവിറച്ചു ബോധം കെട്ടുവീണിരിക്കുന്നു. ഇനി ആരെയും പേടിക്കേണ്ട കാര്യമില്ല.

താമസിച്ചില്ല. രാജാവ് സൂത്രപ്പനെ തൂക്കിയെടുത്ത് സഭ കൂടുന്നിടത്തെത്തി. അപ്പോഴേക്കും വാർത്തയറിഞ്ഞ് മന്ത്രിയും മറ്റും അവിടെയെത്തിയിരുന്നു. അവർ അമ്പരന്നുപോയി. പേടിത്തൊണ്ടൻ രാജാവിതാ ഒരു ഭടനേയും തൂക്കിയെടുത്ത് വലം കൈയിൽ വാളുമായി വരുന്നു!

മന്ത്രിക്കു കാര്യങ്ങളെല്ലാം ബോധ്യമായി. വിവരങ്ങളെല്ലാം രാജാവിനെ ധരിപ്പിച്ചു. അങ്ങനെ സൂത്രപ്പനെ രാജാവ് മോചിപ്പിച്ചു. "സൂത്രപ്പാ, മത്സരത്തിൽ നീ ജയിച്ചു. ഇതാ നിനക്കുള്ള സമ്മാനം. ഒപ്പം ഇനിമുതൽ നിനക്ക് കൊട്ടാരത്തിലാണ് ജോലി!" സൂത്രപ്പനു സന്തോഷമായി. പേടിവർമന് പിന്നീട് വലിയ പേടിയൊന്നുമുണ്ടായിട്ടില്ല.

■

എളുപ്പവഴി

വീട്ടിലെ ശല്യം സഹിക്കാതായപ്പോഴാണ് മണിയനെ അച്ഛൻ സ്കൂളിൽ ചേർത്തത്.

രണ്ടക്ഷരം പഠിക്കുകയും ചെയ്യും, വികൃതിക്കൊരു ശമനവുമുണ്ടാകുമല്ലോ. സ്കൂളിലും മണിയൻ തന്റെ മണിവേലയെടുത്തിരുന്നു. കണക്കുക്ലാസിൽ മത്തായിസാർ മണിയനെക്കൊണ്ടു പൊറുതിമുട്ടി. എത്ര പറഞ്ഞു കൊടുത്താലും മനസ്സിലാകില്ല. ഹോംവർക്കുകളും തെറ്റിച്ചാണ് ചെയ്തുവരുന്നത്.

അങ്ങനെ പരീക്ഷ വന്നെത്തി.

കൂടുതൽ മാർക്കു വാങ്ങാനുള്ള ചില സൂത്രങ്ങൾ മത്തായിസാർ ക്ലാസിൽ അവതരിപ്പിച്ചു. എല്ലാവർക്കും സന്തോഷമായി.

പരീക്ഷാഹാളിലെ സാർ നോക്കുമ്പോഴുണ്ട് മണിയൻ അടുത്തിരിക്കുന്ന കുട്ടിയുടെ പേപ്പർ നോക്കിയെഴുതുന്നു!

മണിയനെ കൈയോടെ പൊക്കി സാർ സ്റ്റാഫ്റൂമിൽ ഹെഡ്മാസ്റ്ററെ ഏല്പിച്ചു.

"താനീ ചെയ്തതു ശരിയാണോടോ?"

"ഉത്തരപേപ്പർ കിട്ടിയാലേ പറയാൻ പറ്റൂ സാർ."

മണിയന്റെ മറുപടിയും പെട്ടെന്നായിരുന്നു.

"ഓഹോ. അടുത്തിരിക്കുന്നവന്റെ പേപ്പർ നോക്കിയെഴുതാൻ തന്നോട് ആരാണ് പറഞ്ഞത്?"

"മത്തായിസാറാണ്."

"ങേ...?"

"അതെ. മത്തായിസാർ തന്നെയാണ് പറഞ്ഞത്."

ഹെഡ്മാസ്റ്റർ മത്തായിസാറിനെ വിളിപ്പിച്ചു.

കാര്യമറിഞ്ഞപ്പോൾ മത്തായിസാറിന് തലചുറ്റുന്നതുപോലെ.

"ഞാനാണോടോ തന്നോട് നോക്കിയെഴുതാൻ പറഞ്ഞത്?"

"അതെ... സാറു തന്നെയല്ലേ പറഞ്ഞത്?"

"എന്തു പറഞ്ഞു?"

"എളുപ്പവഴിയിൽ ഉത്തരമെഴുതണമെന്ന്!"

മണിയന്റെ എളുപ്പവഴിയുത്തരം കേട്ട് ഹെഡ്മാസ്റ്ററടക്കം എല്ലാവരും അന്തംവിട്ടിരുന്നുപോയി.

■

ക്രൂരനും വവ്വാലും

ക്രൂരൻ കുറുക്കൻ ആഹാരവും തേടി നടപ്പുതുടങ്ങിയിട്ടു നേരമേറെയായി. ഒരു നച്ചെലിപോലും ഏഴയലത്തില്ലല്ലോ.. ക്രൂരൻ തളർന്നവശനായി. അപ്പോഴാണ് കുറച്ചകലെയായി ഒരു കറുത്ത പക്ഷി തൂങ്ങിനിൽക്കുന്നതു കണ്ടത്. പക്ഷിയെങ്കിൽ പക്ഷി. തൽക്കാലം വിശപ്പ് ശമിപ്പിച്ചേ പറ്റൂ.

ക്രൂരൻ മരക്കൊമ്പിനടുത്തെത്തി. അതൊരു വവ്വാൽ ആയിരുന്നു. പകലുറക്കത്തിലായിരുന്ന വവ്വാൽ, താൻ അപകടത്തിൽപ്പെട്ട വിവരം മനസ്സിലാക്കി. ഇനി സൂത്രംകൊണ്ടേ രക്ഷപ്പെടാനാകൂ...

"ഒരു പക്ഷിയെ തിന്ന കാലം മറന്നു. ഇന്നു നീതന്നെ മതി..."

ക്രൂരൻ പറയുന്നതുകേട്ടപ്പോൾ, വവ്വാലിന്റെ കൗശലബുദ്ധി ഉണർന്നു.

"അയ്യയ്യോ, ചേട്ടനു തെറ്റി. ഞാൻ പക്ഷിയൊന്നുമല്ല. ഒരു പെരുച്ചാഴിയാണ്! ശരിക്കൊന്നു നോക്കിക്കേ... ചെവിയും പല്ലും രോമവുമൊക്കെ... ഞാൻ എലിവർഗത്തിൽപ്പെട്ടവനാണ്..."

"താനെന്നെ പറ്റിക്കാനൊന്നും നോക്കണ്ട!"

ക്രൂരനും വിട്ടുകൊടുത്തില്ല.

"പെരുച്ചാഴിയെങ്കിൽ തനിക്കീ കാണുന്നതെന്താ, ചിറകല്ലേ?"

"അത് ദൈവത്തിന്റെ സമ്മാനം മാത്രമാണു ചേട്ടാ..."

വവ്വാൽ പറഞ്ഞതു ശരിയാണെന്ന് ക്രൂരനു തോന്നി. അവൻ വവ്വാലിനെ വെറുതെ വിട്ടു.

പിന്നീടൊരിക്കൽ ക്രൂരൻ കുറുക്കൻ അതേ വവ്വാലിനെ വീണ്ടും കണ്ടുമുട്ടി. വവ്വാൽ തന്നെ പറ്റിച്ചതായിരുന്നുവെന്ന് ക്രൂരന് പിന്നീട് ബോധ്യമായിരുന്നു. ഇത്തവണ താൻ വവ്വാലിനെ ശരിപ്പെടുത്തും. ഹമ്പട!

“അന്നു താനെന്നെ കൊച്ചാക്കി. ഇന്നു രക്ഷപ്പെടില്ലെടാ താൻ..! ഇന്ന് പെരുച്ചാഴി റോസ്റ്റുണ്ടാക്കിയിട്ടു തന്നെ കാര്യം!”

അപകടം മണത്തറിഞ്ഞ വവ്വാൽ തന്റെ ചിറകുകൾ ഒതുക്കി വെച്ചു.

“അയ്യോ! ഞാൻ ഒരെലിയാണ് എന്നാരു പറഞ്ഞു? എന്റെ ചിറകുകൾ നോക്കിയാട്ടെ... ഞാനൊരു പക്ഷിയാണ്..!”

അന്തിച്ചുനിന്ന ക്രൂരനെ നോക്കി പൊട്ടിച്ചിരിച്ചുകൊണ്ട് വവ്വാൽ ചിറകടിച്ചു പറന്നുപോയി. ■

അഞ്ചാമത്തെ മീൻ

പാണ്ടൻപൂച്ച അകലെയുള്ള അമ്മാവനെ കാണാനിറങ്ങിയതായിരുന്നു.

ഒരു കാടു കടന്നുവേണമായിരുന്നു അമ്മാവന്റെ വീട്ടിലെത്താൻ. ഇടയ്ക്കു വിശന്നാൽ തിന്നാനുള്ളതുമായിട്ടായിരുന്നു പാണ്ടന്റെ യാത്ര.

നേരം ഉച്ചയായി.

പാണ്ടന് വിശന്നുതുടങ്ങി. കാടായതിനാൽ എലിയോ മീനോ കിട്ടില്ലല്ലോ. വിശപ്പുമാറ്റാൻ ഏതാനും മീൻകഷണങ്ങളും പാണ്ടൻ കരുതിയിരുന്നു. ഉച്ചയായപ്പോൾ വിശപ്പ് കലശലായി. ഇനി ആഹാരം കഴിച്ചിട്ടുമതി യാത്ര.

പാണ്ടൻ ഒരു മരച്ചുവട്ടിൽ വിശ്രമിച്ചു. പൊതി തുറന്ന് ഒരു മീൻ അകത്താക്കി. ബാക്കി നാലെണ്ണം കൂടിയുണ്ട്. പക്ഷേ, ഒന്നുകൊണ്ട് വിശപ്പു മാറുന്നില്ല. രണ്ടാമതൊന്നുകൂടി വായിലിട്ടു. എന്നിട്ടും വിശപ്പു ബാക്കി. ഒന്നുകൂടിയാകട്ടെ. മൂന്നാമത്തെ മീനും പാണ്ടൻ വയറ്റിലാക്കി. എന്നിട്ടുമില്ല വിശപ്പിനു ശമനം!

അമ്മാവന്റെ വീട്ടിലെത്താൻ ഇനിയും ഏറെ ദൂരം നടക്കാനുണ്ട്.

വിശപ്പു മാറ്റാതെ എങ്ങനെ യാത്ര തുടരും? താൻ വഴിയിൽ തളർന്നുവീഴില്ലേ? അങ്ങനെ നാലാമത്തെ മീൻ തിന്നാൻ തന്നെ അവൻ ഉറച്ചു. എന്നിട്ടും വയറ്റിൽ പരവേശംതന്നെ.

ഇനി ഒരു മീനാണ് ആകെയുള്ളത്...

വയററെരിഞ്ഞ് ഏതായാലും നടക്കാൻ കഴിയില്ല.

രണ്ടും കല്പിച്ച് പാണ്ടൻ അഞ്ചാമത്തെ മീനും വയറ്റിലാക്കി. അത്ഭുതം, വിശപ്പ് ഇല്ലേയില്ല! ഇനി ധൈര്യമായി യാത്ര തുടരാം. പാണ്ടൻ നടത്തം തുടങ്ങി.

അപ്പോഴാണ് മറ്റൊരു ചിന്ത അവനു വന്നത്.

"താനെന്തു പണിയാണ് കാട്ടിയത്? അഞ്ചാമത്തെ മീനാണ് തന്റെ വിശപ്പുമാറ്റിയത്. അത് ആദ്യം തിന്നിരുന്നെങ്കിൽ, ബാക്കിയുള്ളതെല്ലാം സൂക്ഷിച്ചുവെക്കാമായിരുന്നു..."

■

ഇരുമ്പുകമ്മി മാറട്ടെ!

അവധിക്കാലമായപ്പോൾ മിടുക്കൻ കുഞ്ഞാപ്പി അമ്മാവന്റെ വീട്ടിലെത്തി. അമ്മാവനു സന്തോഷമായി. ഇനി ബോറടിയുണ്ടാകില്ലല്ലോ. കുഞ്ഞാപ്പിയുമായി കറങ്ങുന്നത് അമ്മാവനു വലിയ കാര്യമായിരുന്നു.

അങ്ങനെ കുഞ്ഞാപ്പിയുമായി കറങ്ങിക്കറങ്ങി അമ്മാവന് അസുഖവും വന്നു. കളി കാര്യമായപ്പോൾ അമ്മായി അമ്മാവനെ

ഒരു ഡോക്ടറെ കാണിച്ചു മരുന്നുവാങ്ങി. ദിവസവും ആഹാരത്തിനുശേഷം കഴിക്കാൻ ഗുളികയുണ്ട്.

അന്നു രാത്രി അമ്മാവനുള്ള ആഹാരത്തിലുണ്ട് കുഞ്ഞാപ്പി എന്തോ വിതറുന്നു. അമ്മായി കാര്യമന്വേഷിച്ചു.

"അതേയ്, ഡോക്ടറ് പറഞ്ഞില്ലേ അമ്മായീ, അമ്മാവന് ഇരുമ്പിന്റെ കുറവുണ്ട് എന്ന്. ഇത് അല്പം ഇരുമ്പുപൊടിയാ... ഇനി ഇരുമ്പിന്റെ കുറവുണ്ടാകില്ല..."

മരുമകന്റെ വർത്തമാനം കേട്ട് അമ്മായി വാ പൊളിച്ചുപോയി.

■

കള്ളൻ പിടിയിലായി!

പൊന്നപ്പൻ മുതലാളിയുടെ വീട്ടിലെ പാചകക്കാരനാണ് കുഞ്ഞാപ്പു. നല്ല രുചിയുള്ള ആഹാരമൊക്കെ കുഞ്ഞാപ്പു മുതലാളിക്ക് ഉണ്ടാക്കിക്കൊടുക്കും. പക്ഷേ, ഒരു കുഴപ്പമുണ്ട്. എന്നും എന്തെങ്കിലുമൊക്കെ അടിച്ചെടുത്തുകൊണ്ടായിരിക്കും ഇഷ്ടന്റെ മടക്കയാത്ര! പാത്രങ്ങൾ, സ്പൂൺ, തവി, എണ്ണക്കുപ്പി അങ്ങനെ കിട്ടാവുന്നവയൊക്കെ കുഞ്ഞാപ്പു 'കബൂലാക്കും'.

അങ്ങനെയിരിക്കെ വീട്ടുകാരിക്ക് സംശയം തോന്നിത്തുടങ്ങി. വീട്ടുസാധനങ്ങൾ കുറയുന്നത് കുഞ്ഞാപ്പു മൂലമാണോയെന്ന് അവർക്കു തോന്നി. പക്ഷേ, എങ്ങനെയാണൊന്നു ചോദിക്കുന്നത്. നല്ല പാചകക്കാരനായതിനാൽ മുതലാളിക്ക് കുഞ്ഞാപ്പുവിനെ വലിയ ഇഷ്ടവുമാണ്. എന്താണൊരു വഴി?

ഒരു ദിവസം അടുക്കളപ്പണിയൊക്കെ കഴിഞ്ഞ്, ഇന്നെന്ത് കൊണ്ടുപോകും എന്നാലോചിച്ചു നിൽക്കുമ്പോഴതാ ഒരു പ്ലാസ്റ്റിക് പെട്ടിയിരിക്കുന്നു. തുറന്നു നോക്കിയപ്പോൾ നല്ല ഉഗ്രൻ കേക്ക്! ഹയ്യട! ഇന്ന് കേക്കു തന്നെയാകട്ടെ. പെട്ടിയോടെ കൊണ്ടുപോയാൽ വല്ലവരും കണ്ടാലോ? അതിനാൽ കത്തികൊണ്ട് വേണ്ടത്ര മുറിച്ചെടുത്ത് മടിയിൽവെച്ച് ഒന്നുമറിയാത്ത മട്ടിൽ കുഞ്ഞാപ്പു പോകാനൊരുങ്ങി.

"കുഞ്ഞാപ്പൂ, ആ വിറകൊന്നു കീറിത്താ... എന്നിട്ടു പോകാം."

ദേഷ്യം വന്നെങ്കിലും വീട്ടുകാരി പറഞ്ഞതല്ലേ, കുഞ്ഞാപ്പു വിറകു കീറാൻ തുടങ്ങി. വെയിലത്ത് നല്ല ശക്തിയിലല്ലേ വിറകു കീറാൻ കൈ പൊന്തിക്കുന്നത്. കുറച്ചുകഴിഞ്ഞപ്പോഴാണ് മടിയിലൂടെ എന്തോ ഒലിച്ചിറങ്ങുന്നത് കുഞ്ഞാപ്പു ശ്രദ്ധിച്ചത്. ഇതെന്തു കൂത്ത്!

ഇതുകണ്ടുകൊണ്ടാണ് പൊന്നപ്പൻ മുതലാളി വന്നത്. അയാൾ ഭാര്യയെ വിളിച്ചു കാര്യം പറഞ്ഞു.

"അവസാനം കള്ളനെ കിട്ടി. ഹമ്പട വിരുതാ..!"

വീട്ടുകാരി പറഞ്ഞത് മുതലാളിക്കു മനസ്സിലായില്ല. കുഞ്ഞാപ്പുവിന്റെ കള്ളത്തരം പൊളിക്കാൻ കേക്കിന്റെ രൂപത്തിൽ പെട്ടിയിലാക്കിവെച്ചത്, തണുപ്പിച്ച് കട്ടയാക്കിയ വെണ്ണയായിരുന്നു. വെയിലേറ്റപ്പോൾ അത് ഉരുകിയൊലിച്ചതാണെന്ന് വീട്ടുകാരി വിവരിച്ചു.

പാവം കുഞ്ഞാപ്പു!

പിന്നീടവൻ മോഷണമൊക്കെ മതിയാക്കി. ■

കാവൽക്കാരൻ

നാട്ടിൽ കള്ളന്മാരുടെ ശല്യം വർധിച്ചുവന്നപ്പോൾ, മാത്തച്ചൻ മുതലാളിക്കു തോന്നി, വീട്ടിൽ ഒരു കാവൽക്കാരനെ നിയമിച്ചാലോയെന്ന്. അങ്ങനെ പത്രത്തിൽ പരസ്യം ചെയ്ത്, അപേക്ഷ വന്നവരിൽ രണ്ടുപേരെ മുതലാളിക്കു ബോധിച്ചു.

പക്ഷേ, ഒരാളെ മാത്രമാണല്ലോ തനിക്കാവശ്യം. എങ്ങനെ രണ്ടുപേരിൽനിന്ന് സമർഥനായ ഒരുവനെ കാവൽക്കാരനായി കണ്ടെത്താം എന്ന് മാത്തച്ചൻ മുതലാളി ആലോചിച്ചു.

അവസാനം ഒരു ചെറിയ ടെസ്റ്റ് നടത്താൻ മുതലാളി തീർച്ചയാക്കി. രണ്ടുപേരേയും അടുത്തു വിളിച്ചു. ഒന്നാമനോടായി ഇങ്ങനെ ചോദിച്ചു:

“കള്ളന്മാർ കൂടിയ സാഹചര്യത്തിലാണ് ഇങ്ങനെയൊരാളെ നിയമിക്കാൻ തീരുമാനിച്ചത് എന്നറിയാമല്ലോ? ആട്ടെ, രാത്രി നമ്മുടെ വീട്ടിൽ കള്ളന്മാർ കയറിയെന്നിരിക്കട്ടെ, അവരെ പിടികൂടാൻ നിങ്ങൾക്കെന്തൊക്കെ അറിയും?”

“അവരെ കൗശലത്തിൽ കുരുക്കാൻ എനിക്കറിയാം...”

ഒന്നാമൻ ഉത്സാഹത്തോടെ മറുപടി പറഞ്ഞു. മുതലാളിക്കു സന്തോഷമായി.

“കള്ളന്മാർ ശക്തരാണ്, ആയുധം കാട്ടി ഭീഷണിപ്പെടുത്തിയാൽ?”

“ഷെർലക്ഹോംസും ജെയിംസ് ബോണ്ടുമാണ് എന്റെ മാതൃകാപുരുഷന്മാർ. കള്ളന്മാരെ കീഴ്പ്പെടുത്താനുള്ള സകല വിദ്യകളും എനിക്കറിയാം.”

"കൊള്ളാം."

മാത്തച്ചൻ മുതലാളി രണ്ടാമനോടും ഇതേ ചോദ്യമിട്ടു.

"ഹ! ഹ! ഹ! ഇതൊക്കെ എന്നെ സംബന്ധിച്ച് എത്ര നിസ്സാരം!"

"അതെന്താ? നീ അത്രയ്ക്കു മിടുക്കനാണോ?"

"ആണോന്നോ? മുതലാളി എന്നെക്കുറിച്ചെന്തു കരുതി? എന്റെ മിടുക്ക് അറിയണമെങ്കിൽ പോലീസ് സ്റ്റേഷനിലൊന്ന ന്വേഷിച്ചാൽ മതി...!"

രണ്ടാമന്റെ മറുപടി കേട്ടപ്പോൾ മുതലാളി സംതൃപ്തനായി. പോലീസുകാർപോലും അംഗീകരിച്ചിട്ടുണ്ടെങ്കിൽ പിന്നെ ബാക്കി പറയണ്ടല്ലോ... രണ്ടാമനെ വീടിനു കാവൽക്കാരനാക്കാൻ തന്നെ മുതലാളി ഉറപ്പിച്ചു.

"ആട്ടെ, എന്തൊക്കെ കാര്യങ്ങളാണു നീ ചെയ്തിട്ടുള്ളത്?"

"ഗൂർഖയും പാറാവുകാരനുമുണ്ടായിട്ടുപോലും പട്ടണത്തിലെ സ്വർണക്കടയിൽനിന്ന് പതിമൂന്നരപവൻ സ്വർണം അടിച്ചെടുത്തത് ഞാനല്ലേ? പിടിക്കപ്പെട്ടപ്പോൾ രക്ഷപ്പെടാൻ ഞാനെടുത്ത ടെക്നിക്കല്ലേ, ഏറ്റവും വലിയ യോഗ്യത...?"

■

കാളവണ്ടി മതി!

ഗ്രാമത്തിലെ തുന്നൽക്കാരനാണ് കൊച്ചാപ്പി. ഗ്രാമീണർക്കെല്ലാം പ്രിയങ്കരനായ അയാൾ, തുന്നൽപ്പണിയെല്ലാം വളരെ കൃത്യമായി ചെയ്തുകൊടുത്തിരുന്നു. അങ്ങനെയിരിക്കെ, ഗ്രാമത്തിൽ ഉത്സവം വന്നു. അതിന്റെ ഭാഗമായി കുറച്ചു കൂടുതൽ ഉടുപ്പുകൾ തുന്നിത്തരാൻ അധികാരികൾ കൊച്ചാപ്പിയോടാവശ്യപ്പെട്ടു.

കൊച്ചാപ്പിക്കു സന്തോഷമായി. കൂടുതൽ പണം കിട്ടുമല്ലോ.

പക്ഷേ, കുറച്ചുകൂടുതൽ തുണിവേണമല്ലോ തയ്ക്കാൻ. പട്ടണത്തിലെ മൊത്തക്കച്ചവടക്കാരനിൽ നിന്ന് വാങ്ങിയാൽ ലാഭവുമായിരിക്കും. കൊച്ചാപ്പി കാളവണ്ടിയിൽ പട്ടണത്തിലെത്തി. വേണ്ടത്ര തുണി വാങ്ങി കാശ് തികയാതെ വന്നപ്പോൾ അടുത്തയാഴ്ച എത്തിക്കാമെന്നു പറഞ്ഞെങ്കിലും കടക്കാരന് വാശിയായി. മുഴുവൻ കാശും ഇപ്പോൾ തന്നില്ലെങ്കിൽ തുണി കൊണ്ടുപോകണ്ട എന്നായി അയാൾ.

പക്ഷേ, എന്തുചെയ്യും? തുണിയില്ലാതെ പറഞ്ഞ സമയത്തെങ്ങനെ ഉടുപ്പ് തയ്യാറാക്കും? ഒടുവിൽ താണുകേണു പറഞ്ഞപ്പോൾ മൊത്തക്കച്ചവടക്കാരൻ ഒരുപായം പറഞ്ഞു: "പകരം തന്റെ കാളവണ്ടി ഇവിടെ കിടക്കട്ടെ. പണവുമായി വരുമ്പോൾ കൊണ്ടുപോയ്ക്കോ..."

അപ്പോഴും കൊച്ചാപ്പി വിഷമിച്ചു. കാളവണ്ടി പിടിച്ചുവച്ചാൽ തുണി എങ്ങനെ ഗ്രാമത്തിലെത്തിക്കും? കടക്കാരന് തെല്ലും ക്ഷമയില്ലായിരുന്നു. അയാൾ തന്റെ ജോലിക്കാരനോടു പറഞ്ഞ് കൊച്ചാപ്പിയുടെ കാളവണ്ടി പിടിച്ചുവെച്ചു.

അപ്പോൾ, കൊച്ചാപ്പിക്കൊരു വിദ്യ തോന്നി. ദുഷ്ടനായ കച്ച വടക്കാരനെ ഒന്നു കളിപ്പിക്കുകതന്നെ. ഹമ്പട!

"നിങ്ങൾ എന്റെ കാളവണ്ടി പിടിച്ചുവച്ചാൽ എനിക്കൊരു പ്രശ്നവുമില്ല. എന്റെ കണക്കുകളൊക്കെ ഈ മുഴക്കോലിലല്ലേ യിരിക്കുന്നത്."

തുണി അളന്നു മുറിക്കാനും മറ്റിനുമുപയോഗിക്കുന്ന മുഴ ക്കോൽ കണ്ടപ്പോൾ കടക്കാരൻ കാളവണ്ടി തിരികെ നൽകി. കൊച്ചാപ്പിയുടെ മുഴക്കോൽ പിടിച്ചുവാങ്ങി. ഇനി കാശുമായി പെട്ടെന്നുതന്നെ വരുമല്ലോ എന്ന് സന്തോഷിച്ചു. കാരണം കണ ക്കറിയാതെ പണിയൊന്നും നടക്കില്ലല്ലോ.

തുണിക്കെട്ടുമായി കാളവണ്ടിയിൽ ഗ്രാമത്തിലേക്ക് തിരിച്ചു പോകുമ്പോൾ കൊച്ചാപ്പി ഊറിച്ചിരിച്ചുകൊണ്ടോർത്തു: "ഒരു മുഴക്കോലിനാണോ പഞ്ഞം? ആശാരിയെ തേടിപ്പിടിച്ചാൽ മതി..."

■